Bước đầu học Tiếng Hàn

Dành cho người Việt Nam

베트남인을 위한 **한국어 첫걸음**

Tác giả **Hong Bit Na**

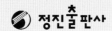 정진출판사

Lời nói đầu

Gần đây nhiều người đã gọi Hàn Quốc và Việt Nam là hai nước "thông gia". Vì hai nước không chỉ có mối quan hệ, giao lưu về mặt kinh tế, chính trị, văn hoá, nghệ thuật, thể thao, du lịch… mà tỉ lệ kết hôn giữa người Hàn Quốc và người Việt Nam(chủ yếu là đàn ông Hàn kết hôn với phụ nữ Việt Nam) còn ngày càng tăng lên. Theo thống kê "Thực trạng dân số đa văn hoá vào năm 2016", thì tỉ lệ kết hôn giữa người Hàn Quốc và người Việt Nam năm 2016 đã đứng đầu với con số là 6054 đôi, kế tiếp là các cặp đôi Hàn Quốc và Trung Quốc với 5839 đôi... Ở Hàn Quốc, ngoài phụ nữ di trú kết hôn, còn có rất nhiều người lao động và du học sinh Việt Nam. Hơn nữa do ảnh hưởng của làn sóng văn hóa Hàn(hay còn gọi là Hanlyu), ở Việt Nam có rất nhiều thanh thiếu niên ước mơ được đi du lịch, làm việc, du học ở xứ sở Kimchi.

Trong bối cảnh này, nhu cầu học tập tiếng Hàn của người Việt cả ở Việt Nam lẫn Hàn Quốc đều ngày càng tăng cao nhưng một điều rất đáng tiếc là không có nhiều tài liệu để thực hành tiếng Hàn dành cho người Việt, đặc biệt là sách học dùng cho giao tiếp hàng ngày rất ít. Cũng đã có một số quyển sách về tiếng Hàn được dịch ra tiếng Việt, nhưng những sách đó chỉ được dịch phần những ngữ pháp cơ bản, phải có sự giải thích của giáo viên mới hiểu được, cho nên nếu tự học thì rất khó tận dụng.

Tiếng Hàn thực sự là một ngôn ngữ rất khó cho người nước ngoài học, đặc biệt là đối với người Việt Nam. Vì hệ thống ngữ pháp tiếng Hàn phức tạp hơn, cấu trúc ngữ pháp khác với tiếng Việt, trong tiếng Hàn có những yếu tố mà trong tiếng Việt không tồn tại hoặc ít như kính ngữ, sự biến dạng của từ ngữ, các đuôi từ kết thúc câu, sự khác biệt trong văn nói và khẩu ngữ….

Tác giả là một giáo viên có kinh nghiệm hơn 10 năm dạy tiếng Việt cho người Hàn Quốc và có nhiều người bạn Việt Nam đang sinh sống ở Hàn Quốc cũng như ở Việt Nam, trong suốt thời gian giao lưu với các bạn người Việt Nam, tác giả luôn có suy nghĩ là 'có cách nào để người Việt học tiếng Hàn, người Hàn học tiếng Việt dễ hơn không? Làm sao để giải thích cách sử dụng từ, ngữ pháp tiếng Hàn một cách dễ hiểu cho người Việt?...'.

"Tiếng Hàn dành cho người Việt" được ra đời sau khi tác giả đã tìm hiểu về cách giảng dạy tiếng Hàn, tiếng Việt và trao đổi, bàn luận về các vấn đề liên quan với những người am hiểu về ngôn ngữ tiếng Hàn cũng như tiếng Việt.

Tôi hy vọng rằng cuốn sách này sẽ là người bạn đồng hành, giúp các bạn có thể tìm hiểu, học tiếng Hàn Quốc một cách dễ dàng và thú vị nhất. Mặc dù khi biên soạn sách này, tôi đã suy nghĩ và có những cố gắng nhất định, song chắc vẫn còn nhiều thiếu sót. Rất mong quí vị và các bạn học sinh chỉ bảo cho những điều cần sửa chữa và bổ sung.

Chúc các bạn thành công trong việc học tập tiếng Hàn và giao tiếp với người Hàn Quốc!
Xin trân trọng cám ơn!

Các nội dung chính

Hội thoại

Chúng tôi đưa ra những chủ đề hay xuất hiện trong cuộc sống hàng ngày nhằm nâng cao tính thiết thực của nội dung cuốn sách.

Chú thích ngữ pháp

Chúng tôi giải thích những nội dung chính trong Hội thoại để ai cũng có thể dễ dàng nắm bắt được tiếng Hàn cơ bản.

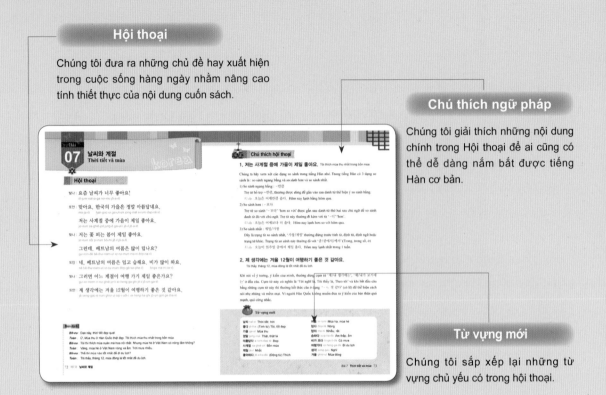

Từ vựng mới

Chúng tôi sắp xếp lại những từ vựng chủ yếu có trong hội thoại.

Các biểu hiện chính

Chúng tôi đưa ra các biểu hiện liên quan đến hội thoại và mở rộng thêm.

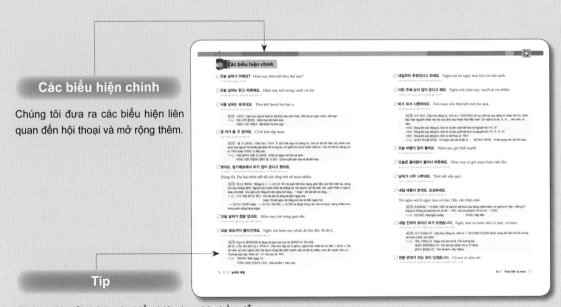

Tip

Chúng tôi giải thích các biểu hiện hay bị nhầm lẫn hoặc quan trọng một cách ngắn gọn để giúp người học hiểu dễ dàng hơn.

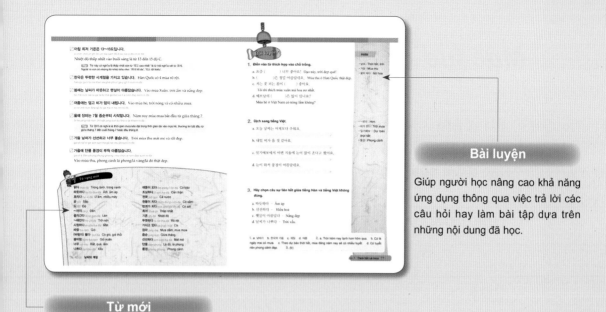

Bài luyện

Giúp người học nâng cao khả năng ứng dụng thông qua việc trả lời các câu hỏi hay làm bài tập dựa trên những nội dung đã học.

Từ mới

Chúng tôi sắp xếp những từ vựng trọng tâm xuất hiện trong các biểu hiện chính.

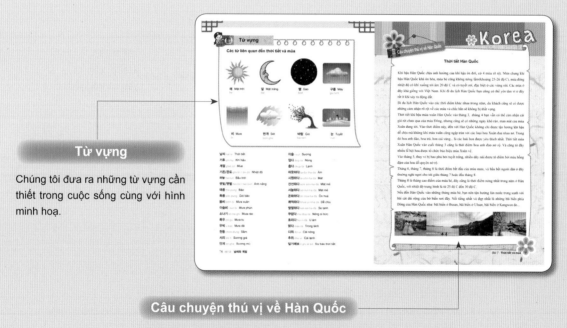

Từ vựng

Chúng tôi đưa ra những từ vựng cần thiết trong cuộc sống cùng với hình minh hoạ.

Câu chuyện thú vị về Hàn Quốc

Chúng tôi giới thiệu văn hoá và cuộc sống sinh hoạt ở Hàn Quốc để người học cảm thấy thích thú khi học tiếng Hàn.

 Chúng tôi mong người học chỉ tham khảo cách đọc phát âm tiếng Hàn được đưa ra, các bạn nên luyện tập phát âm bằng cách nghe đĩa thu âm của người Hàn Quốc có kèm theo sách này.

Mục lục

Phát âm

Đặc điểm của Tiếng Hàn

Tiếng Hàn là gì?

Tiếng Hàn Quốc(한국어) là ngôn ngữ phổ dụng nhất tại bán đảo Triều Tiên và là ngôn ngữ chính thức của cả hai miền Bắc và Nam bán đảo Triều Tiên. Tiếng Hàn Quốc cũng được sử dụng rộng rãi ở Diên Biên và các vùng bao quanh, thuộc Trung Quốc, nơi có người Triều Tiên sinh sống. Trên toàn thế giới, có khoảng 78 triệu người nói tiếng Triều Tiên, bao gồm các nhóm lớn tại Nga, Úc, Mỹ, Canada, Brasil, Nhật Bản và gần đây là Philippines. Ngôn ngữ này liên hệ mật thiết với người Hàn Quốc.

Việt Nam lập quan hệ ngoại giao với hai miền bán đảo Triều Tiên ở hai thời điểm khác nhau. Tuy chỉ mới gần đây nhưng so với Bắc Triều Tiên, quan hệ ngoại giao Việt Nam – Hàn Quốc rộng và phong phú hơn về kinh tế, xã hội. Ở Việt Nam, ngôn ngữ này được gọi là "tiếng Hàn Quốc" hay "tiếng Hàn" nhiều hơn là "tiếng Triều Tiên".

Chữ Hangul

Chữ Hangul là hệ thống chữ cái của tiếng Hàn, được vua Se-jong (Thế Tông) là vị vua đời thứ 4 của triều đại Joseon (Triều Tiên) tạo ra vào năm 1443. Hangul là kiểu chữ viết duy nhất trên thế giới thuộc loại đặc trưng. Năm 1997 chữ Hangul được Tổ chức Giáo dục, Khoa học và Văn hóa của Liên hiệp quốc Unesco công nhận là di sản ghi chép thế giới. Giờ đây chữ Hangul đã được công nhận về tính ưu việt và giá trị vượt ra khỏi ranh giới Hàn Quốc. Người Hàn Quốc ngày nay rất tự hào về chữ viết của họ. Chữ Hangul là dạng chữ viết cách nhưng dù không viết cách, người đọc vẫn có thể hiểu được. Đây là một trong những ưu điểm vượt trội so với hệ chữ alphabet. Chữ alphabet trong tiếng Anh thường được viết từ trái sang phải theo hàng ngang, nhưng chữ Hangul có thể viết theo thứ tự phụ âm, nguyên âm từ trái qua phải, trên xuống dưới. Mỗi chữ tiếng Hàn đều có ý nghĩa do đó dù không viết tách rời ra vẫn có thể hiểu được nghĩa của chúng. Đặc biệt dạng tiểu từ bổ trợ cho chủ ngữ được định dạng dễ dàng và cố định nên rất dễ hiểu. Chữ Hangul được cấu tạo từ phụ âm và nguyên âm. Có

19 phụ âm và 21 nguyên âm. Phụ âm biểu thị hình dáng lưỡi, vòm họng khi phát âm. Còn nguyên âm thể hiện nguyên lý triết học về hình dáng trời, đất, con người.

Từ vựng trong tiếng Hàn

Cốt lõi của từ vựng tiếng Hàn là từ các từ có nguồn gốc Hàn thuần túy. Tuy nhiên, hơn 50% từ vựng, đặc biệt là các thuật ngữ khoa học, là các từ Hán-Hàn được vay mượn từ tiếng Hán. Ngoài ra cũng có các từ có gốc từ tiếng Mông Cổ, tiếng Phạn và một số ngôn ngữ khác. Ngày nay, có nhiều từ mượn từ các ngôn ngữ châu Âu như tiếng Đức và gần đây là tiếng Anh và tiếng Nhật.

Phát âm

1. Hangul

Chữ cái	ㄱ	ㄲ	ㄴ	ㄷ	ㄸ	ㄹ	ㅁ	ㅂ	ㅃ	ㅅ
Tên gọi	기역	쌍기역	니은	디귿	쌍디귿	리을	미음	비읍	쌍비읍	시옷
Phát âm	**g/gh**	**c/k**	**n**	**đ**	**t**	**r/l**	**m**	**b**	**bb**	**s**
Chữ cái	ㅆ	ㅇ	ㅈ	ㅉ	ㅊ	ㅋ	ㅌ	ㅍ	ㅎ	
Tên gọi	쌍시옷	이응	지읒	쌍지읒	치읓	키읔	티읕	피읖	히읗	
Phát âm	**s**	**ng**	**j**	**jj**	**ch**	**kh**	**th**	**p/ph**	**h**	

Chữ cái	ㅏ	ㅑ	ㅓ	ㅕ	ㅗ	ㅛ	ㅜ	ㅠ	ㅡ	ㅣ
Tên gọi	아	야	어	여	오	요	우	유	으	이
Phát âm	**a**	**ia**	**ơ**	**iơ**	**ô**	**iô**	**u**	**iu**	**ư**	**i, y**
Chữ cái	ㅐ	ㅒ	ㅔ	ㅖ	ㅘ	ㅙ	ㅚ	ㅝ	ㅞ	ㅟ	ㅢ
Tên gọi	애	얘	에	예	와	왜	외	워	웨	위	의
Phát âm	**e**	**ie**	**ê**	**iê**	**oa**	**oe**	**uê**	**uơ**	**uê**	**ui**	**ưi**

2. Nguyên âm

1) Các nguyên âm cơ bản (10 nguyên âm đơn)

아 야 어 여 오 요 우 유 으 이

아
Cách phát âm chữ cái này tương đương với cách phát âm từ 'A' trong tiếng Việt, nhưng phát âm ngắn hơn, mở miệng một cách nhẹ nhàng và thấp hơn phát âm 'A'

Ví dụ : **차** cha Xe ô tô

사자 sa-ja Sư tử

야
Chữ cái này có thể giống với các phát âm 'ia' trong tiếng Việt, nhưng phải phát âm nhanh hơn để tạo thành một âm, và thấp hơn phát âm 'ia' (so với không dấu)

Ví dụ : **야식** ia-sic Ăn đêm

양 iang Cừu

어
Chữ này phát âm giống với từ 'o' hoặc 'ơ' trong tiếng Việt, nhưng nhẹ, ngắn và thấp hơn.

Ví dụ : **허리** hơ-ri Eo

서점 sơ-jơm Nhà sách

여
Chữ này có thể phát âm giống với phát âm 'iơ' trong tiếng Việt, nhưng phải nhanh hơn và ngắn hơn như phát âm thành một từ và thấp hơn nhiều.

Ví dụ : **여기** iơ-ghi Ở đây

가려 한다 ga-riơ han-đà Định đi

오
Cách phát âm chữ này gần giống với âm 'ô' nhưng không giữ hình môi mà chỉ tròn môi một lát và phát âm một cách nhẹ nhàng.

Ví dụ : **고모** gô-mô Cô

동호회 đông-hô-huê Câu lạc bộ

요
Khi phát âm chữ này, hình môi tròn hơn khi phát âm chữ '오' và giữ hình môi một lát. Gần giống với phát âm 'iô' tiếng Việt nhưng phải phát âm nhanh.

Ví dụ : 고요하다 gô-iô-ha-đà Yên tĩnh

요리 iô-ri Món ăn

우 Khi phát âm chữ này phải tròn môi và chìa ra môi trước, nhưng phải phát âm nhẹ nhàng hơn so với khi phát âm âm 'u' trong tiếng Việt.

Ví dụ : 우리 u-ri Chúng ta, chúng tôi

수학 su-hac Môn toán

유 Chữ này được phát âm nhẹ nhàng hơn âm 'iu' trong tiếng Việt, nhưng nhanh hơn và thấp hơn.

Ví dụ : 유리 iu-ri Kính

귤 ghiul Quýt

으 Chữ này gần giống với chữ cái 'ư' trong tiếng Việt, nhưng ngắn hơn và nhẹ hơn.

Ví dụ : 그래 gư-re Ừ

등 đưng Lưng

이 Chữ này gần giống với chữ cái 'i'(i ngắn) trong tiếng Việt nhưng phát âm dài hơn một chút và thấp hơn.

Ví dụ : 이름 i-rưm Tên

기다리다 ghi-đa-ri-đà Chờ

2) Nguyên âm mở rộng (11 nguyên âm đôi)

에 예 애 얘 와 왜 외 워 웨 위 의

에 Cách phát âm nguyên âm này tương đương với 'ê' trong tiếng Việt, nhưng thấp hơn, ngắn hơn và nhẹ hơn.

Ví dụ : 친구에게 chin-gu-ê-ghê Cho bạn

부모님께서 bu-mô-nim-kê-sơ Bố mẹ (Nói lịch sự)

예 Chữ này cần phát âm mạnh hơn so với chữ cái '에', giống với chữ 'iê' trong tiếng Việt, nhưng nhẹ hơn.

Ví dụ : 예쁘다 iê-bbư-đà Đẹp

예시 iê-si Ví dụ

애 Phát âm chữ cái này thực ra khó phân biệt với chữ '에', nhưng theo lý thuyết, khi phát âm chữ '애' thì vị trí của lưỡi trong miệng thấp hơn. Có thể chữ 'e' trong tiếng Việt gần giống với chữ này, nhưng nhẹ và ngắn hơn.

Ví dụ : 애정 e-jơng Tình yêu

개장 ghe-jang Khai trường

얘 Chữ cái này cần phát âm mạnh hơn so với khi phát âm chữ '애', nhưng gần giống với chữ '예' khi phát âm.

Ví dụ : 얘야 ie-ia Cháu ơi

와 Chữ này gần giống với 'oa' trong tiếng Việt, nhưng cần phát âm nhanh hơn, nhẹ hơn, ngắn hơn.

Ví dụ : 나와 친구 na-oa chin-gu Tôi và bạn tôi

과일 goa-il Hoa quả, trái cây

왜 Chữ này gần giống với 'oe' trong tiếng Việt, nhưng cần phát âm nhanh hơn, nhẹ hơn.

Ví dụ : 왜 oe Tại sao

쇄국 soe-guc Đóng cửa, cô lập

외 Thực tế có rất ít người có thể phát âm chữ này đúng hẳn, người ta thường phát âm chữ này gần giống với chữ '왜'. Đối với người Việt, phát âm chữ này là 'uê' là được.

Ví dụ : 외국 uê-guc Nước ngoài

회사 huê-sa Công ty

워 Chữ này tương đương với âm 'ua' trong tiếng Việt, nhưng nhanh hơn, nhẹ hơn.

Ví dụ : 월 uơl Tháng

권리 guơl-ri Quyền lợi

웨 Chữ này phát âm gần giống với chữ '외, 왜', nên cần phát âm như âm 'uê'.

Ví dụ : 웨딩 uê-đing Lễ cưới

웹툰 uêp-thun Truyện tranh trên mạng

위 Khi phát âm chữ này, hình môi tròn và giữ trong một lát, nhưng cần phát âm nhẹ nhàng, tương đương với âm 'ui' trong tiếng Việt.

Ví dụ : 위 ui Dạ dày

귀하다 gui-ha-đà Quý

의 Phát âm này tương đương với âm 'ưi' trong tiếng Việt, nhưng nhẹ nhàng hơn.

Ví dụ : 의사 ưi-sa Bác sĩ

희생 hưi-seng Hy sinh

3. Phụ âm

1) Phụ âm đơn

 Chữ này gần giống với phát âm 'g' trong tiếng Việt, nhưng miệng mở nhỏ hơn khi phát âm.

Ví dụ : 가족 ga-jôc Gia đình

가격 ga-ghiơc Giá cả

ㄴ Chữ này phát âm giống với chữ 'n' trong tiếng Việt, nhưng phát âm nhẹ hơn.

Ví dụ : 나라 na-ra Nước, đất nước

노래 nô-re Bài hát

 Khi phát âm chữ này, lưỡi chạm vào phía sau răng trên một lát, có thể được xem là gần giống với âm 'đ' trong tiếng Việt, nhưng khi phát âm phải rõ hơn.

Ví dụ : 도둑 đô-đuc Kẻ trộm

다리 đa-ri Cầu

ㄹ Chữ này không giống hệt với cả âm 'r' và âm 'l' trong tiếng Việt, khi phát âm chữ này, vị trí lưỡi ở tạm phía sau răng trên một lúc rồi xuống và phải phát âm nhẹ nhàng.

Ví dụ : 라면 ra-miơn Mì tôm

어울린다 ơ-ul-rin-đà Hợp

ㅁ Gần giống với phát âm 'm' trong tiếng Việt.

Ví dụ : 마음 ma-ưm Tấm lòng

엄마 ơm-ma Mẹ

ㅂ Chữ này gần giống với 'b' trong tiếng Việt, khi phát âm chữ này, môi trên và môi dưới gặp nhau một lát.

Ví dụ : 밥 bap Cơm

부모 bu-mô Bố mẹ

ㅅ Chữ này phát âm nhẹ hơn so với khi phát âm 's', 'x'.

Ví dụ : 사슴 sa-sưm Con nai

손자 sôn-ja Cháu trai

ㅇ Cách phát âm phụ âm cuối " ㅇ " này gần giống với cách phát âm của 'ng' trong tiếng Việt, nhưng nhẹ hơn.

Ví dụ : 이용하다 i-iông-ha-đà Sử dụng

공 gông Quả bóng

ㅈ Chữ này có thể thấy là giống với 'd, gi, r' (theo giọng miền bắc) trong tiếng Việt, nhưng gần nhất là 'j' trong tiếng Anh và phát âm nhẹ nhàng hơn.

Ví dụ : 자주 ja-ju Thường, hay

조심하다 jô-sim-ha-đà Cẩn thận

ㅊ

Cách phát âm chữ này không có trong tiếng Việt. Phát âm mạnh 'ㅈ' và bật hơi, gần giống với 'ch' trong tiếng Anh.

Ví dụ : 차 cha Xe

초대하다 chô-đe-ha-đà Mời

ㅋ

Chữ này gần giống với 'kh' nhưng phát âm nhẹ hơn, cũng gần giống với chữ 'k' trong tiếng Anh.

Ví dụ : 커피 khơ-phi Cà phê

카카오톡 kha-kha-ô-thôc Kakao talk

ㅌ

Khi phát âm chữ này, vị trí lưỡi ở giữa răng trên và răng dưới, nhưng phát âm nhẹ hơn. Gần giống với âm 'th' trong tiếng Việt

Ví dụ : 토요일 thô-iô-il Thứ bảy

타조 tha-jô Con đà điểu

ㅍ

Phát âm chữ này không giống với 'ph' trong tiếng Việt (Nếu là từ vay mượn từ tiếng Anh, 'f' thì có thể giống.), khi phát âm chữ này môi trên và môi dưới chạm rồi tách ra. Gần giống như cách phát âm 'p' trong tiếng Anh.

Ví dụ : 포도 pô-đô Nho

프랑스 pư-rang-sư Nước Pháp

ㅎ

Chữ này được phát âm gần như 'h' trong tiếng Việt.

Ví dụ : 하늘 ha-nưl Bầu trời

호수 hô-su Hồ

2) Phụ âm kép

ㄲ ㄸ ㅃ ㅆ ㅉ

Phát âm chữ này gần giống 'c, k' trong tiếng Việt.

Ví dụ : 꽃 côt Hoa

까지 ca-ji ~ đến

ㄸ	Chữ này được phát âm gần giống 't' trong tiếng Việt. *Ví dụ* : 따뜻하다 ta-tứ-tha-đà Ấm 따라오다 ta-ra-ô-đà Đi theo

ㅃ	Khi phát âm chữ này, cần phát âm mạnh hơn so với khi phát âm 'ㅂ'. *Ví dụ* : 빠르다 bba-rư-đà Nhanh 빨래하다 bbal-re-ha-đà Giặt giũ

ㅆ	Gần giống với 's', 'x' trong tiếng Việt, nhưng phải phát âm mạnh hơn. *Ví dụ* : 쌍둥이 sang-đung-i Sinh đôi 쑥 suc Ngải cứu

ㅉ	Chữ này phải phát âm mạnh hơn chữ 'ㅈ' và ngắn. *Ví dụ* : 짜장면 jja-jang-miơn Mì đen 쪽 jjôc Bên, phía

4. Patchim

Patchim là phụ âm đứng cuối hoặc dưới của một từ trong tiếng Hàn .

Patchim có 2 loại là patchim đơn (16 chữ) và patchim kép (11 chữ).

1) Patchim đơn

ㄱ, ㄲ, ㅋ, ㄴ, ㄷ, ㅅ, ㅊ, ㅈ, ㅎ, ㅌ, ㅆ, ㄹ, ㅂ, ㅍ, ㅁ, ㅇ

a. Loại 1 : ㄱ, ㄲ, ㅋ đọc thành ㄱ, tương đương với –c trong tiếng Việt.

Ví dụ : 먹다 mơc-tà Ăn
깎다 cac-tà Cắt
부엌 bu-ơc Bếp

b. Loại 2 : ㄴ đọc thành ㄴ, tương đương với –n trong tiếng Việt.

Ví dụ : 돈 đôn Tiền

언니 ơn-ni Chị gái, chị

c. Loại 3 : ㄷ, ㅅ, ㅊ, ㅈ, ㅎ, ㅌ, ㅆ đọc thành ㄷ, tương đương với –t trong tiếng Việt.

Ví dụ : 얻다 ơt-tà Lấy

옷 ôt Áo

쫓다 jjôt-tà Đuổi theo

낮 nat Ban ngày

좋다 jô-tha Tốt

밭 bat Ruộng

갔다 gat-tà Đã đi

d. Loại 4 : ㄹ đọc thành ㄹ

Ví dụ : 걸다 gơl-đà Treo

알다 al-đà Biết

e. Loại 5 : ㅁ đọc thành ㅁ, tương đương với –m trong tiếng Việt.

Ví dụ : 마음 ma-ưm Tấm lòng

밤 bam Đêm

f. Loại 6 : ㅂ, ㅍ đọc thành ㅂ, tương đương với –p trong tiếng Việt.

Ví dụ : 밥 bap Cơm

갚다 gap-tà Trả, trả lại

g. Loại 7 : ㅇ đọc thành ㅇ, tương đương với –ng trong tiếng Việt.

Ví dụ : 엉덩이 ơng-đơng-i Mông

상인 sang-in Thương nhân

2) Patchim kép

    a. Loại 1 : ㄳ, ㄺ đọc thành ㄱ

        Ví dụ : **넋** nơc Linh hồn

                 밝다 bac-tà Sáng

    b. Loại 2 : ㄵ, ㄶ đọc thành ㄴ

        Ví dụ : **앉다** an-tà Ngồi

                 많다 man-tha Nhiều

    c. Loại 3 : ㄼ, ㄽ, ㄾ, ㅀ đọc thành ㄹ

        Ví dụ : **짧다** jjal-tà Ngắn

                 곬 gôl Phương hướng

                 핥다 hal-tà Liếm

                 앓다 al-tha Bị ốm

    d. Loại 4 : ㄻ đọc thành ㅁ

        Ví dụ : **닮다** đam-tà Giống

                 삶다 sam-tà Luộc

    e. Loại 5 : ㅄ, ㄿ đọc thành ㅍ

        Ví dụ : **없다** ơp-tà Không có

                 읊조리다 ưp-jjô-ri-đà Ngâm thơ

5. Lưu ý khi phát âm tiếng Hàn

Tiếng Hàn là một trong những ngôn ngữ mà phát âm của các từ trong sách và thực tế khá khác nhau. Để giao tiếp với người Hàn Quốc, nói tiếng Hàn một cách tự nhiên, hơn nữa để nói tiếng Hàn như người bản xứ, các bạn cần nhớ một số quy tắc sau đây.

1) 경음화 Trọng âm hoá

Âm tiết thứ nhất tận cùng là phụ âm ㄱ, ㄴ, ㄷ, ㄹ, ㅂ, ㅁ, ㅇ ; khi gặp âm tiết thứ hai bắt đầu bởi các phụ âm ㄱ, ㄷ, ㅂ, ㅅ, ㅈ → đọc thành ㄲ, ㄸ, ㅃ, ㅆ, ㅉ

> *Ví dụ :* 옷장 ôt-jang → [옷짱 ôt-jjang]
>
> 평가 piơng-ga → [평까 piơng-ka]
>
> 먹고 mơc-gô → [먹꼬 mơc-kô]

2) 연음법칙 Nguyên tắc nối âm

a. Âm tiết thứ nhất tận cùng là phụ âm (patchim), khi gặp âm tiết thứ hai bắt đầu bởi phụ âm câm (이응) :

Patchim + Nguyên âm

> *Ví dụ :* 책 chec + 이 i → [채기 che-ghi]
>
> 옷 ôt + 을 ưl → [오슬 ô-sưl]
>
> 앞 ap + 에 ê → [아페 a-phê]

*Chú ý : Âm tiết thứ nhất tận cùng là phụ âm 'ㅎ' thì không áp dụng bởi quy tắc này và không đọc ㅎ (Giản lược "ㅎ")

> *Ví dụ :* 좋아 jôt-a → [조아 jô-a]
>
> 닿아 đat-a → [다아 đa-a]

b. Âm tiết thứ nhất tận cùng là phụ âm ghép (patchim kép), khi gặp âm tiết thứ hai bắt đầu bởi phụ âm câm (이응) :

Patchim kép + Nguyên âm

> *Ví dụ :* 젊어 jơm-ơ → [절머 jơl-mơ]
>
> 앉아 an-a → [안자 an-ja]
>
> 값을 gap-ưl → [갑쓸 gap-sưl]

3) 구개음화 Âm vòm hoá

Âm tiết thứ nhất tận cùng là phụ âm ㄷ, ㅌ, khi gặp âm tiết thứ hai có nguyên âm '이' → đọc thành ㅈ, ㅊ :

> *Ví dụ :* 같이 gat-i → [가치 ga-chi]
>
> 굳이 gut-i → [구지 gu-ji]
>
> 붙여 but-iơ → [부쳐 bu-chiơ]

4) 자음동화 Đồng hoá phụ âm

a. 순행동화 : Âm tiết thứ nhất tận cùng là các phụ âm ㅇ, ㅁ, khi gặp âm tiết thứ hai bắt đầu bởi phụ âm ㄹ → đọc thành ㄴ :

> Patchim ㅇ, ㅁ + ㄹ → ㄴ

> *Ví dụ :* 남루하다 nam-lu-ha-đà → [남누하다 nam-nu-ha-đà]
>
> 종로 jông-lô → [종노 jông-nô]

b. 역행동화(1) : Âm tiết thứ nhất tận cùng là phụ âm ㄱ, khi gặp âm tiết thứ hai bắt đầu bởi các phụ âm ㄴ, ㅁ → đọc thành ㅇ :

> Patchim ㄱ + ㄴ, ㅁ → ㅇ

> *Ví dụ :* 국물 guc-mul → [궁물 gung-mul]
>
> 먹는다 mơc-nưn-đà → [멍는다 mơng-nưn-đà]

c. 역행동화(2) : Âm tiết thứ nhất tận cùng là phụ âm ㄷ, khi gặp âm tiết thứ hai bắt đầu bởi các phụ âm ㄴ → đọc thành ㄴ :

> Patchim ㄷ + ㄴ → ㄴ

> *Ví dụ :* 믿는다 mit-nưn-đà → [민는다 min-nưn-đà]
>
> 닫는다 đat-nưn-đà → [단는다 đan-nưn-đà]

d. 역행동화(3) : Âm tiết thứ nhất tận cùng là phụ âm ㅂ, khi gặp âm tiết thứ hai bắt đầu bởi phụ âm ㄴ → đọc thành ㅁ :

> Patchim ㅂ + ㄴ → ㅁ

> *Ví dụ :* 입니다 ip-ni-đà → [임니다 im-ni-đà]
>
> 합니다 hap-ni-đà → [함니다 ham-ni-đà]

e. 상호동화 : Âm tiết thứ nhất tận cùng là các phụ âm ㄱ, ㅂ, khi gặp âm tiết thứ hai bắt đầu bởi phụ âm ㄹ → âm tiết thứ nhất đọc thành ㅇ, ㅁ; âm tiết thứ hai đọc thành ㄴ :

> Patchim ㄱ, ㅂ + ㄹ → ㅇ, ㅁ + ㄴ

Ví dụ : 속리산 sôc-li-san → [송니산 sông-ni-san]

압력 ap-liơc → [암녁 am-niơc]

f. 유음화(설측음화) : Âm tiết thứ nhất tận cùng là các phụ âm ㄴ, khi gặp âm tiết thứ hai bắt đầu bởi phụ âm ㄹ → đọc thành ㄹ :

Patchim ㄴ + ㄹ → ㄹ

Ví dụ : 설날 sơl-nal → [설랄 sơl-ral]

신라 sin-la → [실라 sil-la]

원래 uơn-le → [월래 uơl-le]

g. 격음화

a) Âm tiết thứ nhất tận cùng là phụ âm ㄱ, ㄷ, ㅂ, ㅈ, khi gặp âm tiết thứ hai bắt đầu bởi phụ âm ㅎ → âm tiết thứ hai đọc thành ㅋ, ㅌ, ㅍ, ㅊ

Patchim ㄱ, ㄷ, ㅂ, ㅈ + ㅎ → ㅋ, ㅌ, ㅍ, ㅊ

Ví dụ : 박하 bac-ha → [바카 ba-kha]

탓하다 that-ha-đà → [탇하다 − 타타다 tha-tha-đà]

잡히다 jap-hi-đà → [자피다 ja-phi-đà]

맞히다 met-hi-đà → [매치다 me-chi-đà]

Trường hợp âm tiết thứ nhất tận cùng là phụ âm kép ㄵ, ㄺ, ㄼ khi gặp âm tiết thứ hai bắt đầu bởi phụ âm ㅎ → âm tiết thứ hai cũng đọc thành ㅋ, ㅌ, ㅍ, ㅊ

Patchim ㄵ, ㄺ, ㄼ + ㅎ → ㅋ, ㅌ, ㅍ, ㅊ

Ví dụ : 얹히다 ơn-hi-đà → [언치다 ơn-chi-đà]

읽히다 il-hi-đà → [일키다 il-khi-đà]

밟히다 bal-hi-đà → [발피다 bal-phi-đà]

b) Âm tiết thứ nhất tận cùng là phụ âm ㅎ khi gặp âm tiết thứ hai bắt đầu bởi phụ âm ㄱ, ㄷ, ㅈ→ âm tiết thứ hai đọc thành ㅋ, ㅌ, ㅍ, ㅊ :

Patchim ㅎ + ㄱ, ㄷ, ㅈ → ㅋ, ㅌ, ㅍ, ㅊ

Ví dụ : 그렇게 gư-rơt-ghê → [그러케 gư-rơ-khê]

좋다 jôt-đà → [조타 jô-thà]

하얗지 ha-iat-ji → [하야치 ha-ia-chi]

Trường hợp âm tiết thứ nhất tận cùng là phụ âm ㄶ, ㅀ khi gặp âm tiết thứ hai bắt đầu bởi phụ âm ㄱ, ㄷ, ㅈ → âm tiết thứ hai cũng đọc thành ㅋ, ㅌ, ㅍ, ㅊ :

Patchim ㄶ, ㅀ + ㄱ, ㄷ, ㅈ → ㅋ, ㅌ, ㅍ, ㅊ

Ví dụ : 끓고 cưl-go → [끌코 cưl-kho]

않다 an-đà → [안타 an-thà]

잃지 il-ji → [일치 il-chi]

5) '의' 발음 Cách phát âm '의'

a. Nguyên âm "의" khi ở vị trí âm tiết thứ nhất → đọc thành âm "의"

Ví dụ : 의사 [의사 ưi-sa]

의학 [의학 ưi-hac]

b. Nguyên âm "의" khi ở vị trí âm tiết thứ hai → đọc thành âm "이"

Ví dụ : 유의 [유이 iu-i]

동의 [동이 đông-i]

c. Trợ từ sở hữu "의" → đọc thành "에"

Ví dụ : 가족의 사진 [가조게 사진 ga-jô-ghê sa-jin]

나의 책 [나에 책 na-ê-chec]

Hội thoại

Hội thoại

은우 : 안녕하십니까!
an-niơng-ha-sim-ni-ca

미란 : 안녕하세요!
an-niơng-ha-sê-iô

성재 : 좋은 아침!
jô-ưn a-chim

선미 : 반갑습니다.
ban-gap-sưm-ni-đà

빛나 : 미안합니다.
mi-an-ham-ni-đà

민혁 : 괜찮습니다.
goen-chan-sưm-ni-đà

란 : 고맙습니다.
gô-máp-sưm-ni-đà

중 : 천만에요.
chơn-man-ê-iô

안녕하십니까!

안녕하세요!

Bản dịch

En-woo : Xin chào!

Mi-lan : Xin chào!

Sung-jae : Chào buổi sáng!

Sun–mi : Rất vui được gặp!

Bit-na : Xin lỗi.

Min-hyuk : Không sao.

Lan : Cám ơn.

Dũng : Không có gì.

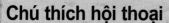

Chú thích hội thoại

1. 안녕하십니까? 안녕하세요! *Xin chào*

"안녕하십니까"và "안녕하세요" là câu chào hỏi đơn giản và hay được sử dụng nhất khi gặp nhau. Cả hai câu này đều là những câu chào hỏi lịch sự. Tuy nhiên câu "안녕하십니까" thường được dùng trong những trường hợp mang tính trang trọng như đi làm hay là đi học, khi chào người lớn tuổi hơn. Thông thường từ "요" dùng nhiều trong cuộc sống sinh hoạt hàng ngày, ở những nơi mà không cần phải để ý hình thức nhiều, so với đàn ông thì phụ nữ sử dụng từ "요" nhiều hơn, câu văn trở nên mềm mại hơn.

2. 반갑습니다. *Rất vui được gặp.*

Trong tiếng Hàn, chủ ngữ và tân ngữ thường bị bỏ lược trong khẩu ngữ. Trong khẩu ngữ, trong mối quan hệ thân thiết, gần gũi nếu luôn có chủ ngữ thì người Hàn Quốc cảm thấy không tự nhiên và nghĩ là người nói đang muốn nhấn mạnh cái gì đó. Do đó, các câu chào hỏi thường không có chủ ngữ và người Hàn Quốc phân biệt cách nói lịch sự qua thông cách kết thúc câu. Trong câu '반갑습니다' này tân ngữ 'ông, bà, anh chị …당신', 'bạn너' bị bỏ lược cho tự nhiên.

3. 고맙습니다 *Cám ơn*

"고맙습니다" và "고마워요" giống nhau. '－ㅂ니다' và '－예요, 이에요' là đuôi kết thúc câu lịch sự và thân mật. Đuôi câu '－ㅂ니다' lịch sự hơn, mang tính hình thức hơn và thường được dùng trong trường hợp người nói ở vị trí thấp hơn. Còn đuôi câu '－예요, 이에요' thì tự nhiên, gần gũi hơn và thường được sử dụng nhiều trong quan hệ gia đình, anh chị em, bạn bè. Con gái thích sử dụng '－예요, 이에요' hơn vì nó mềm mại hơn.

 Từ vựng mới

안녕 an-niơng Chào		**미안하다** mi-an-ha-đà Xin lỗi
좋은 jô-ưn Tốt		**고맙다** cô-máp-tà Cám ơn
아침 a-chim Buổi sáng		**괜찮다** goen-chan-thà Không sao
반갑다 ban-gáp-tà Vui mừng		

Các biểu hiện chính

☐ **오랜만입니다.** Lâu lắm rồi mới gặp nhau.
ô-ren-man-im-ni-đà

☐ **잘 지내셨나요?** Ông/Bà/Anh/Chị có khoẻ không?
jal-ji-ne-sion-na-iô

> **Tip** 지내다 : Khi hỏi thăm, người Hàn Quốc hay dùng từ này, có nghĩa là "trải qua, có thời gian", nếu "잘 지내다" là 'có cuộc sống tốt', thì "잘 못 지내다" là 'có cuộc sống không tốt'.

☐ **건강하시지요?** Ông/Bà/Anh/Chị khoẻ chứ?
gơn-gang-ha-si-ji-iô

> **Tip** ~지요? : Đuôi câu hỏi "지요?" tương đương với 'chứ' trong tiếng Việt, được dùng để xác nhận ý của người hỏi.
> *Ví dụ* : 오늘 춥지요? Hôm nay lạnh chứ?

☐ **요즘 어떻게 지내세요?** Dạo này ông/bà/anh/chị thế nào?
iô-jưm ơ-tớ-khê ji-ne-sê-iô

☐ **고마워요, 나는 잘 지냅니다.** Cám ơn, tôi khoẻ.
gô-ma-ươ-iô na-nưn jal ji-nem-ni-đà

☐ **안녕히 가세요.** Tạm biệt. (Chào người đi.)
an-niơng-hi ga-sê-iô

☐ **안녕히 계세요.** Tạm biệt. (Chào người ở lại.)
an-niơng-hi ghiê-sê-iô

☐ **잘 가요.** Tạm biệt. (Đi nhé.)
jal-ga-iô

☐ **또 만나요.** Hẹn gặp lại.
tô-man-na-iô

Từ vựng mới

오랜만이다 ô-ren-ma-nĩ-đà Lâu rồi mới~
잘 지내다 jal ji-ne-đà Khoẻ, sống tốt
건강하다 gơn-gang-ha-đà Khoẻ
요즘 iô-jưm Dạo này
어떻게 ơ-tớ-khê Thế nào

나는 na-nưn Tôi
바쁘다 ba-bbư-đà Bận
가다 ga-đà Đi
또 tô Lại
만나다 man-na-đà Gặp

Bài luyện

1. **Điền vào từ thích hợp vào chỗ trống.**

a. (　　　)하십니까! Xin chào!

b. (　　　) 지내세요? Ông (bà, anh, chị) thế nào?

c. A : 미안합니다. Xin lỗi.
　 B : (　　　　　　). Không sao.

d. A : 건강하십니까? Ông (bà, anh, chị) có khoẻ không?
　 B : (　　　　　　). Cám ơn, Tôi bình thường.

2. **Dịch sang tiếng Việt.**

a. 안녕하세요!

b. 좋은 아침!

c. 요즘 나는 바빠요.

d. 안녕히 가세요.

3. **Hãy chọn câu có ý nghĩa gần giống với câu trong khung.**

> **잘 가요.**

a. 안녕하세요, 선생님.

b. 고맙습니다.

c. 저는 잘 지내요.

d. 또 만나요.

1. a. 안녕　 b. 어떻게　 c. 괜찮습니다　 d. 고마워요, 나는 그저 그래요　 2. a. Xin chào!　 b. Chào buổi sáng.　 c. Dạo này, tôi bận.　 d. Tạm biệt. (Chào người đi)　 3. (d)

Từ vựng

Nơi chốn

학교 Trường học
hac-kiô

회사 Công ty
huê-sa

집 Nhà
jip

병원 Bệnh viện
biơng-uơn

우체국 Bưu điện
u-chê-guc

전철역 jơn-chơl-lược
ga tàu điện ngầm

시장 Chợ
si-jang

마트 Siêu thị
ma-tư

은행 ưn-heng Ngân hàng

식당 sic-tang Nhà ăn

방 bang Phòng

화장실 hoa-jang-sil Phòng vệ sinh, nhà vệ sinh

사무실 sa-mu-sil Văn phòng

교실 ghiô-sil Phòng học

서점 sơ-jơm Nhà sách, hiệu sách

가게 ga-ghê Cửa hàng

백화점 bec-hoa-jơm Trung tâm thương mại

어린이집 ơ-ri-ni-jip Nhà trẻ

유치원 iu-chi-uơn Trường mẫu giáo, trường mầm non

초등학교 chô-đưng-hac-kiô Trường tiểu học

중학교 jung-hac-kiô Trường trung học cơ sở

고등학교 gô-đưng-hac-kiô Trường trung học phổ thông

대학교 đe-hac-kiô Trường đại học

5 thói quen đặc biệt của người Hàn Quốc.

Các bạn đã học bài 1 hết chưa? Ở Hàn Quốc có một câu tục ngữ thường dùng là "시작이 반이다(Bắt đầu đã là một nửa)". Câu tục ngữ này có ý nghĩa là việc bắt đầu làm một việc gì đó đã là thực hiện được một nửa của công việc đó rồi. Nó nhằm khuyến khích, động viên mọi người hãy bắt tay vào hành động, thực hiện một công việc nào đó.

Mỗi bài đều có một phần để cho các bạn hiểu về văn hoá Hàn Quốc. Hôm nay, chúng ta sẽ học về "5 thói quen đặc biệt của người Hàn Quốc."

1. **Chụp selfie** : Người Hàn Quốc rất mê chụp ảnh selfie. Họ có thể lôi điện thoại ra chụp ảnh selfie mọi lúc mọi nơi, kể cả khi ở trên tàu điện ngầm, trong nhà hàng, hoặc đang đi trên phố.

2. **Mê kim chi** : Đây là món không thể thiếu trong các bữa ăn của người Hàn Quốc. Chỉ cần ngửi thấy mùi kim chi cũng đủ khơi dậy cảm giác đói cồn cào với họ.

3. **Đi xe bus** : Người Hàn Quốc không thấy ngạc nhiên khi chưa kịp xuống xe bus hẳn mà xe đã bắt đầu chuyển bánh. Thậm chí họ còn thấy bực bội khi lái xe dừng quá lâu ở các bến xe.

4. **Dùng bữa tại cửa hàng tiện ích** : Người Hàn Quốc thường mua mỳ tôm, gà rán, bia rồi ngồi ăn luôn tại những chiếc bàn nhựa trong cửa hàng tiện ích.

5. **Sử dụng toilet công cộng** : Theo Matador Network, người Hàn Quốc luôn lấy giấy vệ sinh trước khi bước vào buồng toilet. Họ thường bỏ giấy vào thùng rác bên cạnh mà không cho vào bồn xả, để tránh làm tắc toilet.

02

자기소개
Giới thiệu bản thân

Hội thoại

진수 : 안녕하세요?
an-niơng-ha-sê-iô

프엉 : 안녕하세요? 처음 뵙겠습니다.
an-niơng-ha-sê-iô   chơ-ưm buếp-ghết-sưm-ni-đà

저는 프엉입니다.
jơ-nưn phư-ơng-im-ni-đà

진수 : 반갑습니다. 제 이름은 진수입니다.
ban-gáp-sưm-ni-đà jê-i-rư-mưn jin-su-im-ni-đà

저는 한국 사람입니다.
jơ-nưn han-guc sa-ram-im-ni-đà

프엉 : 저는 베트남 사람입니다. 여기는 제 친구 투입니다.
jơ-nưn bê-thư-nam sa-ram-im-ni-đà   iơ-ghi-nưn jê-chin-gu Thu-im-ni-đà

투 : 안녕하세요? 저는 베트남 하노이에서 왔습니다.
an-niơng-ha-sê-iô   jơ-nưn bê-thư-nam ha-nô-i-ê-sơ oat-sưm-ni-đà

Bản dịch

Jin-su : Xin chào!

Phương : Xin chào! Lần đầu gặp anh ạ.
Tôi là Phương.

Jin-su : Rất vui được gặp chị. Tôi tên là Jin-su.
Tôi là người Hàn Quốc.

Phương : Tôi là người Việt Nam. Đây là Thu, bạn của tôi.

Thu : Xin chào! Tôi đến từ Hà Nội Việt Nam.

Chú thích hội thoại

1. 저는 프엉입니다. 제 이름은 진수입니다. Tôi là Phương. Tôi tên là Jin-su.

Danh từ + 입니다 là hình thức biểu hiện của 'danh từ + 이다' có nghĩa giống như từ 'là' trong tiếng Việt.

Cấu trúc : Danh từ + 입니다

베트남 사람 + 입니다. = 베트남 사람입니다. Là người Việt Nam.

친구 + 입니다. = 친구입니다. Là bạn.

2. 처음 뵙겠습니다. Lần đầu gặp anh/chị ạ.

Khi gặp nhau lần đầu tiên, người Hàn thường nói là "처음 뵙겠습니다 Lần đầu gặp anh ạ". Trong câu này từ '처음' là lần đầu hoặc lần đầu tiên, từ '뵙다' là cách nói lịch sự của từ '보다'. Trong tiếng Hàn từ '보다' có rất nhiều nghĩa khác nhau như xem, thấy, nhìn, gặp, làm việc (일을 보다) v.v.. Trong câu này '뵙다' có nghĩa là gặp. '-겠습니다' là cách nói lịch sự.Trong câu '처음 뵙겠습니다' này tân ngữ 'ông, bà, anh chị …당신' bị bỏ lược cho tự nhiên.

3. 여기는 제 친구 투입니다. Đây là Thu, bạn của tôi.

Khi giới thiệu người nào đó với ai đó, trong tiếng Hàn sử dụng những từ chỉ thị như sau: '여기 đây', '이쪽 bên này, đây', '이 사람 người này, đây', '이 분 vị này, người này, đây'. Ở đây từ '이' được sử dụng khi nói về người, sự vật, các thứ ở vị trí gần với người nói và người nghe. Từ '제' là dạng rút gọn của từ '저의 của tôi ', từ '의' là từ chỉ sở hữu cách, đứng sau danh từ, chỉ sự sở hữu, có nghĩa là 'thuộc về, của'.

Cấu trúc sở hữu cách : Danh từ + 의

동생 + 의 = 동생의(của em)   나 + 의 = 나의(của tôi)

Từ vựng mới

처음 chơ-ưm Lần đầu		사람 sa-ram Người	
뵙다 buếp-tà Gặp (Từ lịch sự của보다)		베트남 bê-thư-nam Việt Nam	
저 jơ Em, tôi		여기 iơ-ghi Đây	
제 jê Của tôi		친구 chin-gu Bạn	
이름 i-rưm Tên		하노이 ha-nô-i Hà Nội	
한국 han-guc Hàn Quốc		오다 ô-đà Đến	

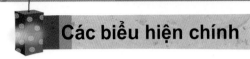
☑ **안녕하세요, 빛나 씨.** Xin chào cô Bit-na.
an-niơng-ha-sê-iô bit-na si

☑ **실례지만 당신의 이름은 무엇입니까?**
sil-liê-ji-man đang-sin-ưi i-rư-mi mu-ơt-im-ni-ca

Xin lỗi, tên của anh/chị là gì?

☑ **성함이 어떻게 되십니까?**
sơng-ha-mi ơ-tớ-khê đuê-sim-ni-ca

Tên của anh/chị phải gọi như thế nào?

☑ **제가 호아라고 불러도 될까요?**
jê-ga ho-a-ra-gô bul-lơ-đô đuêl-ca-iô

Tôi gọi cô là Hoa được không?

> **Tip** 〜도 될까요? được không?
> Khi hỏi về khả năng, sự cho phép, 〜도 될까요? đứng cuối câu để hỏi ý kiến của người nghe.

☑ **제 소개를 하겠습니다.** Xin tự giới thiệu.
jê sô-ghe-rưl ha-ghết-sưm-ni-đà

☑ **저는 김민수입니다.** Tôi là Kim Min-su.
jơ-nưn kim-min-su-im-ni-đà

> **Tip** Tên của người Hàn Quốc thường gồm 3 chữ. Một chữ đầu tiên là họ, còn hai chữ tiếp theo là tên gọi. Trong sinh hoạt cuộc sống hàng ngày, người ta chỉ gọi nhau bằng tên, ít khi gọi kể cả họ và tên. Trong trường hợp mang tính nghi thức như phỏng vấn, hội thảo, buổi học v.v… thì gọi cả họ và tên. Và trong trường hợp gọi tên nhau một cách thân mật- suồng sã thì người ta thường thêm '야' hoặc '아' vào sau tên gọi cho thân mật như '빛나야 Bit-na ơi', '창섭아 Chang-sup ơi'. Trường hợp tên có phụ âm cuối(pat-chim) thì thêm '아' vào , trong hợp không có pat-chim thì thêm '야' vào sau tên.

☑ **제 이름은 박진아예요.** Tôi là Park Jin-a.
jê-i-rư-mưn bak-ji-na-iê-iô

> **Tip** Còn có thể thay thế '입니다' bằng dạng đuôi câu '–이에요/예요' cho mềm mại và tự nhiên hơn. Nếu danh từ đứng trước kết thúc bằng phụ âm thì dùng –이에요. Nếu danh từ đứng trước kết thúc bằng nguyên âm thì dùng –예요.
> *Ví dụ :* 저는 베트남사람이에요. Tôi là người Việt Nam.
> 프엉이는 친구예요. Phương là bạn.

☑ **제 이름은 강산입니다. '산'이라고 불러주시면 됩니다.**
jê-i-rư-mưn kang-san-im-ni-đà san-i-ra-gô bul-lơ-ju-si-miơn đuêm-ni-đà

Tên tôi là Kang-san. Hãy gọi tôi là 'San'.

> **Tip** Tên của người Hàn Quốc thường gồm 3 chữ nhưng cũng có những người có tên 2 chữ hoặc 4 chữ.

☑ 당신은 어느 나라 사람입니까?
đang-sin-ưn ơ-nư na-ra sa-ram-im-ni-ca

Ông/Bà/Anh/Chị là người nước nào?

> **Tip** 어느 : nào
> Từ nghi vấn '어느' luôn phải kết hợp với danh từ và đứng trước danh từ, có thể làm câu trở thành câu hỏi.
> Cấu trúc : 어느 + danh từ
> 어느 책 sách nào
> 어느 것 cái nào

☑ 나는 미국인입니다. Tôi là người Mỹ.
na-nưn mi-guc-in-im-ni-đà

☑ 나는 영국사람이에요. Tôi là người Anh.
na-nưn iơng-cuc- sa-ra-mi-iê-iô

☑ 흐엉이는 베트남 사람이에요. Hương là người Việt Nam.
hư-ơng-i-nưn bê-thư-nam sa-ram-i-ê-iô

☑ 우리는 외국인입니다.
u-ri-nưn uê-guc-in-im-ni-đà

Chúng tôi là người nước ngoài.

> **Tip** 우리 : Trong tiếng Việt, 'chúng ta' và 'chúng tôi' khác nhau và cần phân biệt.
> Nhưng trong tiếng Hàn thì "chúng tôi" hay "chúng ta" đều sử dụng từ "우리" và tuỳ từng ngữ cảnh có thể dịch khác nhau.

☑ 언니는 어디에서 왔습니까? Chị đến từ đâu?
ơn-ni-nưn ơ-đi-ê-sơ oát-sưm-ni-ca

☑ 저는 베트남 호찌민에서 왔습니다.
jơ-nưn bê-thư-nam hô-jji-mi-nê-sơ oát-sưm-ni-đà

Tôi đến từ thành phố Hồ Chí Minh, Việt Nam.

> **Tip** Khi nói về nơi xuất thân hay quê quán của một người nào đó, người Hàn thường dùng những câu
> sau :
> *Ví dụ :* 저는 제주도 출신이에요. Tôi xuất thân từ đảo Jeju.
> 제 고향은 대구예요. Quê của tôi là Dae-gu.
> 집이 부산이에요. Nhà tôi ở Busan.

☑ 저는 일본에서 왔습니다. Tôi đến từ Nhật Bản.
jơ-nưn il-bôn-ê-sơ oát-sưm-ni-đà

☑ 저는 서울에서 삽니다. Tôi sống ở Seoul.
jơ-nưn sơ-ul-e-sơ sam-ni-đà

Tip từ chỉ nơi chốn + 에서 : Cấu trúc này tương đương với "ở + từ chỉ địa điểm, nơi chốn" trong tiếng Việt.

Ví dụ : 학교에서 ở trường

회사에서 ở cơ quan / ở công ty

☑ **나는 경기도에서 삽니다.** Tôi sống ở tỉnh Gyeonggi.
na-nưn ghiơng-ghi-đô-e-sơ sam-ni-đà

☑ **우리 친하게 지내요.** Chúng ta hãy thân thiết với nhau nhé.
u-ri chin-ha-ghê ji-ne-iô

Từ vựng mới

실례지만 sil-liê-ji-man Xin lỗi

성함 sơng-ham Họ và tên

어떻게 ơ-tó-khê Thế nào

부르다(불러) bu-lư-đà(bul-lơ) Gọi

~해주다 he-ju-đà Cho

미국인 mi-guc-in Người Mỹ

영국 iơng-cuc Anh

어디 ơ-đi Đâu

오다 ô-đà Đến

호찌민 hô-jji-min Thành phố Hồ Chí Minh

출신 chul-sin Xuất thân

고향 gô-hiang Quê

집 jip Nhà

살다 sal-đà Sống

경기도 ghi-ơng-ghi-đô tỉnh Gyeonggi

우리 u-ri Chúng ta, chúng tôi

친하게 지내다 chin-ha-ghê ji-ne-đà Làm bạn, làm thân

~하게 ha-ghê Một cách

외국인 uê-guc-in Người nước ngoài

Bài luyện

note

1. **Điền vào từ thích hợp vào chỗ trống.**

a. 안녕하세요? (   ). Xin chào! Lần đầu gặp anh ạ.

b. 제 (   )은 진수입니다.   Tên tôi là Jin-su.

c. 저는 (   )입니다.   Tôi là người Việt Nam.

d. (   ) 제 친구 투입니다.   Đây là Thu, bạn của tôi.

• 처음 : Lần đầu
• 뵙다 : Gặp
• 친구 : Bạn

2. **Dịch sang tiếng Việt.**

a. 당신은 어느 나라 사람입니까?

b. 실례지만, 당신의 이름은 무엇입니까?

c. 나는 부산에서 삽니다.

d. 우리 친하게 지내요.

• 어느 : Nào
• 나라 : Nước
• 사람 : Người
• 실례하다 : Xin lỗi
• 무엇 : Gì
• 부산 : Busan
• 살다 : Sống

3. **Hãy chọn câu có ý nghĩa khác với câu trong khung.**

나는 링입니다.

a. 내 이름은 링입니다.
b. 링이라고 불러주세요.
c. 나는 링이라고 합니다.
d. 나는 링과 친합니다.

• 내 : Của tôi
• 이름 : Tên
• 부르다 : Gọi
• 친하다 : Thân

1. a. 처음 뵙겠습니다   b. 이름   c. 베트남 사람   d. 여기는   2. a. Anh là người nước nào?   b. Xin lỗi, ông (bà, anh chị) tên là gì?   c. Tôi sống ở Busan.   d. Chúng ta hãy thân thiết với nhau nhé.
3. (d)

Từ vựng

Tên nước

한국 Hàn Quốc
han-guc

베트남 Việt Nam
bê-thư-nam

일본 Nhật Bản
il-bôn

중국 Trung Quốc
jung-guc

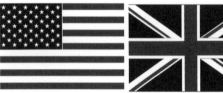

미국 Mỹ
mi-guc

영국 Anh
yơng-guc

프랑스 Pháp
phư-rang-sư

러시아 Nga
lơ-si-a

태국 the-guc **Thái Lan**   **독일** đôc-il **Đức**   **스페인** sư-pê-in **Tây Ban Nha**

라오스 la-o-sư **Lào**   **스위스** sư-ui-sư **Thuỵ Sĩ**   **이탈리아** y-thal-li-a **Ý**

인도네시아 in-đô-nê-si-a **Indonesia**   **북한** buc-khan **Bắc Triều tiên**   **캐나다** khe-na-đa **Canada**

캄보디아 kham-bo-đi-a **Campuchia**   **핀란드** pin-lan-đư **Phần Lan**

말레이시아 mal-lê-i-si-a **Malaysia**   **대만** đe-man **Đài Loan**

⟨Tên các thành phố lớn và các tỉnh ở Hàn Quốc⟩

서울 sơ-ul **Seoul**   **인천** in-chơn **Incheon**   **부천** bu-chơn **Bucheon**

수원 su-uôn **Suwon**   **대전** đe-jơn **Daejeon**   **대구** đe-gu **Daegu**

광주 goang-ju **Gwang-Ju**   **부산** bu-san **Busan**

경기도 ghiơng-ghi-đô **tỉnh Gyeonggi**   **강원도** gang-uôn-đô **tỉnh Gangwon**

충청북도 chung-chơng-buc-đô **tỉnh Chungcheong Bắc**

충청남도 chung-chơng-nam-đô **tỉnh Chungcheong Nam**

경상북도 ghiơng-sang-buc-đô **tỉnh Gyeongsang Bắc**

경상남도 ghiơng-sang-nam-đô **tỉnh Gyeongsang Nam**

전라북도 jơl-la-buc-đô **tỉnh Jeolla Bắc**   **전라남도** jơl-la-nam-đô **tỉnh Jeolla Nam**

Từ gốc Hán trong tiếng Hàn

Từ vựng Hàn Quốc gốc Hán chiếm một phần tương đối trong bộ từ vựng tiếng Hàn. Đây là các từ vựng thú vị và dễ học thuộc nhất bởi sự tương đồng trong cách phát âm với các từ Hán Việt.

Từ vựng tiếng Hàn Quốc rất đa dạng và buộc người học tiếng Hàn phải trau dồi càng nhiều càng tốt. So với ngữ pháp tiếng Hàn, từ vựng có phần thú vị hơn bởi sự pha trộn đặc biệt từ một số ngoại ngữ khác mà phổ biến nhất là tiếng Hán, tiếng Anh. Tạo nên các từ Hán Hàn và từ Hàn gốc Anh.

Tiếng Hán hay còn gọi là tiếng Trung góp mặt trong rất nhiều ngôn ngữ trên thế giới. Gần gũi với chúng ta nhất là tiếng Việt có từ Hán Việt, tiếng Nhật có chữ Kankji và tiếng Hàn có từ Hán Hàn. Từ gốc Hán ở mỗi ngôn ngữ này trải qua quá trình tiếp nhận và biến đổi đã có sự khác biệt nhưng nhìn chung chúng ta vẫn có thể dễ dàng nhận diện từ gốc Hàn và dễ dàng học thuộc do sự tương đồng về âm điệu. Từ vựng Hàn Quốc gốc Hán tương đối nhiều và được dùng rất thường xuyên, trong cả cuộc sống thường ngày hay trong các dịp quan trọng

Khi học tiếng Hàn, bạn sẽ ngạc nhiên về sự tương đồng trong cách phát âm và nghĩa của chúng trong tiếng Việt và sẽ học thuộc các từ mới này một cách nhanh chóng và dễ dàng.

Tiếng Hàn	Tiếng Việt	Tiếng Hán
문화 mun-hoa	Văn hoá	文化
사회 sa-huê	Xã hội	社會
경제 ghiơng-jê	Kinh tế	經濟
준비 jun-bi	Chuẩn bị	準備
위험 uy-hơm	Nguy hiểm	危險

03

직업
Nghề nghiệp

Hội thoại

수지 : 안녕하세요? 이분은 민아 선생님입니다.
an-niơng-ha-sê-iô i-bun-ưn min-a sơn-seng-nim-im-ni-đà

민아 : 안녕하세요, 여러분. 반가워요.
an-niơng-ha-sê-iô iơ-rơ-bun ban-ga-uơ-iô

저는 한국어 교사 한민아입니다.
jơ-nưn han-guc-ơ ghiô-sa han-min-a-im-ni-đà

롱 씨와 트엉 씨는 무슨 일을 하시나요?
long si-oa thư-ơng si-nưn mu-sưn il-ưl ha-si-na-iô

롱 : 저는 대학생입니다.
jơ-nưn đe-hac-seng-im-ni-đà

서울대학교에서 공부하고 있습니다.
sơ-ul-đe-hac-kiô-ê-sơ gông-bu-ha-gô it-sưm-ni-đà

트엉 : 저의 직업은 의사입니다.
jơ-ưi jic-ơp-ưn ưi-sa-im-ni-đà

제 동생은 간호사입니다.
jê đông-seng-ưn gan-hô-sa-im-ni-đà

우리는 병원에서 일해요.
u-ri-nưn biơng-uôn-ê-sơ il-hê-iô

Bản dịch

Su-ji :   Xin chào! Đây là cô Min-a ạ.

Min-a :   Xin chào các bạn. Rất vui được gặp các bạn. Tôi là Han Min-a, giáo viên tiếng Hàn.
Anh Long và cô Thương làm nghề gì?

Long :   Tôi là sinh viên. Tôi đang học ở trường đại học Seoul.

Thương : Nghề nghiệp của tôi là bác sĩ. Còn em gái tôi là y tá. Chúng tôi làm việc ở bệnh viện.

Chú thích hội thoại

1. 저는 한국어 교사 한민아입니다. Tôi là Han Min-a, giáo viên tiếng Hàn.

Thông thường, trật tự câu tiếng Hàn như sau:

> Chủ ngữ + tân ngữ + bổ ngữ.
> 저는   한민아   입니다.

Còn định ngữ đứng trước danh từ/đại từ và trạng ngữ đứng trước động từ, tính từ.

> Định ngữ   + danh từ/đại từ
> 한국어 tiếng Hàn   교사 giáo viên
> (danh từ làm định ngữ)

Trong tiếng Việt, 'giáo viên tiếng Hàn'. Trật tự định ngữ và danh từ ngược lại.

> Trạng ngữ + động từ/tính từ
> 빨리 nhanh   달리다 chạy

2. 롱 씨와 트엉 씨는 무슨 일을 하시나요? Anh Long và cô Thương làm nghề gì?

Khi gọi tên, thường thêm từ '-씨' vào sau tên để nói lịch sự và từ '-씨' không phân biệt nam và nữ. Nếu người được gọi là người lớn tuổi thì không gọi bằng tên mà gọi bằng những từ '선생님' cho đàn ông, '여사님, 어머님' cho phụ nữ nhưng gọi bằng chức vụ thì tự nhiên và hay hơn. Khi hỏi về nghề nghiệp của ai đó, người Hàn thường nói là "무슨 일을 하세요?" Anh/chị làm nghề gì? "직업이 어떻게 되세요? (직업이 무엇인가요?)" Nghề nghiệp của anh/chị là gì?

 Từ vựng mới

이분 i-bun Đây
선생님 sơn-seng-nim Giáo viên, thầy giáo, cô giáo
여러분 iơ-rơ-bun Các bạn, mọi người
한국어 교사 han-guc-ơ ghiô-sa Giáo viên tiếng Hàn
(이름) + 씨 si Anh/chị/cô
무슨 mu-sưn Gì, nào
일하다 il-ha-đà Làm

대학생 đe-hac-seng Sinh viên
서울대학교 sơ-ul-đe-hac-kiô Trường đại học Seoul
공부하다 gong-bu-ha-đà Học
직업 jic-ơp Nghề nghiệp
의사 ưi-sa Bác sĩ
동생 đông-seng Em, em trai, em gái
간호사 gan-hô-sa Y tá
병원 biơng-uôn Bệnh viện

Các biểu hiện chính

☑ **어떤 직업을 가지고 계십니까?** Ông/Bà/Anh/Chị có công việc gì ạ?
ơ-tơn jic-ơp-ưl ga-ji-gô ghiê-sim-ni-ca

> **Tip** 있다/계시다 : Từ '있다' có nghĩa là 'có' còn từ '계시다' có nghĩa tương đồng, nhưng lịch sự hơn và dùng cho người lớn tuổi, vị trí, chức vụ cao hơn.
> *Ví dụ :* 직업을 가지다 có nghĩa là 'có công việc'.

☑ **하시는 일이 어떻게 되세요?** Công việc của anh/chị là gì?
ha-si-nưn il-i ơ-tơ-khê đuê-sê-iô

> **Tip** 하다/하시다 : Từ '하다' có rất nhiều nghĩa khác nhau nhưng trong câu này là 'làm' còn từ '하시다' là dạng lịch sự của từ '하다'

☑ **나는 우리은행에서 일하고 있습니다.** Tôi đang làm việc ở ngân hàng Woori.
na-nưn u-ri-ưn-heng-ê-sơ il-ha-gô it-sưm-ni-đà

> **Tip** '~하고 있습니다' là dạng hiện tại tiếp diễn. Có nghĩa là 'đang + động từ'
> *Ví dụ :* 나는 노래하고 있습니다. Tôi đang hát.

☑ **나는 삼성 직원입니다.** Tôi là nhân viên công ty Samsung.
na-nưn sam-sơng jic-uơn-im-ni-đà

> **Tip** Khi nói về nghề nghiệp của mình, người ta thường nói là "나/저는 ~입니다." Tôi là + từ chỉ nghề nghiệp và cũng có thể nói là "나/저는 ~일을 합니다." Tôi làm + từ chỉ nghề nghiệp (nhưng trường hợp bản thân là học sinh, sinh viên, nội trợ thì câu này không được dùng và chỉ nói là 저는 ~입니다.), "저의 직업은 ~ 입니다." Nghề nghiệp của tôi là ...

☑ **나는 고등학교 선생님입니다.** Tôi là giáo viên trường trung học phổ thông.
na-nưn gô-đưng-hac-kiô sơn-seng-nim-im-ni-đà

☑ **역사를 가르칩니다.** Tôi dạy môn lịch sử.
iơc-sa-rưl ga-rư-chim-ni-đà

☑ **저는 엔지니어(기술자)입니다.** Tôi là kỹ sư.
jơ-nưn ên-ji-ni-ơ(gi-sul-ja)-im-ni-đà

> **Tip** Trong tiếng Hàn có rất nhiều từ mượn từ tiếng Anh, tiếng Trung, tiếng Nhật v.v... trong đó từ mượn từ tiếng Anh hay được dùng nhất. Từ '엔지니어' là từ mượn của từ '기술자'.

☑ **나는 광고회사의 사장입니다.**
na-nưn goang-gô-huê-sa-ưi sa-jang-im-ni-đà

Tôi là giám đốc của một công ty quảng cáo.

☑ **저는 중학생입니다.** Tôi là học sinh trường cấp 2.
jơ-nưn jung-hac-seng-im-ni-đà

☐ **저는 공무원입니다.** Tôi là công chức.
jơ-nưn gông-mu-uôn-im-ni-đà

☐ **나는 베트남어 통역사입니다.** Tôi là thông dịch viên tiếng Việt Nam.
na-nưn bê-thư-nam-ơ thông-iơc-sa-im-ni-đà

☐ **그는 기자예요. 한국신문에서 일하죠.**
gư-nưn ghi-ja-iê-iô han-guc-sin-mun-ê-sơ il-ha-jô

Anh ấy là nhà báo. Anh ấy làm việc ở báo Hàn Quốc.

> **Tip** '–하죠' và '– 해요' tương đối giống nhau nhưng '– 하죠' được dùng trong khẩu ngữ và phụ nữ sử dụng nhiều hơn.

☐ **그녀는 헤어디자이너(미용사)입니다.** Cô ấy là nhà tạo mẫu tóc.
gư-niơ-nưn hê-ơ đi-ja-i-nơ(mi-iông-sa)-im-ni-đà

> **Tip** Từ này là những đại từ nhân xưng ngôi thứ ba số ít. Từ '그 ông ấy, anh ấy….' chỉ có thể dùng cho đàn ông, còn từ '그녀' chị ấy, cô ấy…chỉ có thể dùng cho phụ nữ. (Thông thường dùng cho những người bằng tuổi và lớn tuổi hơn).

☐ **그 동생은 유학생입니다.** Em ấy là du học sinh.
gư đông-seng-ưn iu-hac-seng-im-ni-đà

> **Tip** Từ '그 동생' cũng là đại từ nhân xưng ngôi thứ ba vì từ '그' kết hợp với từ '동생'. Từ '그' có nghĩa là 'ấy, đó, đấy' trong tiếng Việt chúng ta, nếu làm định ngữ thì làm danh từ đó trở thành ngôi thứ ba
> cấu trúc
> 그 + danh từ = ngôi thứ ba
> 그 사람 người đó
> 그 책 quyển sách ấy

☐ **우리 남편은 사업합니다.** Chồng tôi (làm) kinh doanh.
u-ri-nam-piơ-nưn-sa-ơp-ham-ni-đà

> **Tip** Khi nói về các thành viên trong gia đình, họ hàng, người Hàn thường sử dụng từ 우리 chúng ta hoặc chúng tôi trước cách xưng hô như sau '우리 가족, 우리 아버지.' gia đình tôi, bố tôi v.v… nhưng một điểm cần chú ý là khi nói về các em mình thì không hay nói là '우리 동생' mà thường nói là '내 동생'

☐ **제 남편은 작은 가게를 해요.** Chồng tôi kinh doanh một cửa hàng nhỏ.
jê-nam-piơ-nưn-ja-gưn-ga-ghê-rưl-he-iô

> **Tip** 가게를 하다 có nghĩa là kinh doanh cửa hàng và là chủ cửa hàng đó.

☐ **우리 아버지는 가구회사에서 일하세요.**
u-ri a-bơ-ji-nưn ga-gu-huê-sa-ê-sơ il-ha-sê-iô

Bố tôi làm việc ở một công ty sản xuất đồ nội thất.

> **Tip** '–세요' là dạng kính ngữ của '예요, 이에요, 입니다 v.v…'

☑ 어머니는 가정주부세요. Mẹ tôi là nội trợ.
ơ-mơ-ni-nưn ga-jơng-ju-bu-sê-iô

☑ 제 친구는 무역회사에서 일해요. Bạn tôi làm việc ở công ty thương mại.
jê chin-gu-nưn mu-iơc-huê-sa-ê-ơ il-he-iô

☑ 저는 회사 다녀요. Tôi đi làm ở công ty.
jơ-nưn huê-sa đa-niơ- iô

> **Tip** 회사 다니다 có nghĩa là đi làm ở công ty, câu này hay được dùng trong khẩu ngữ.

Từ vựng mới

어떤 ơ-tơn Nào

가지고 있다 ga-ji-gô it-tà Có

하다 ha-đà Làm

어떻게 되다 ơ-tơ-khê đuê-đà Như thế nào

은행 ưn-heng Ngân hàng

일하다 il-ha-đà Làm

삼성 sam-sơng Công ty điện tử Samsung

직원 jic-uôn Nhân viên

고등학교 gô-đưng-hac-kiô Trường trung học phổ thông, trường cấp 3

선생님 sơn-seng-nim Giáo viên, thầy giáo, cô giáo

역사 iơc-sa Lịch sử

가르치다 ga-rư-chi-đà Dạy

엔지니어(기술자) ên-ji-ni-ơ(gi-sul-ja) Kỹ sư

광고회사 goang-gô-huê-sa Công ty quảng cáo

사장 sa-jang Giám đốc

중학생 jung-hac-seng Học sinh trung học cơ sở

공무원 gông-mu-uôn Công chức

베트남어 통역사 bế-thư-nam-ơ thông-iơc-sa Thông dịch viên tiếng Việt

그 gư Anh ấy, ông ấy

기자 ghi-ja Nhà báo

한국신문 han-guc-sin-mun Báo Hàn Quốc

그녀 gư-niơ Chị ấy, cô ấy

헤어디자이너(미용사) hê-ơ đi-ja-i-nơ(mi-iông-sa), Nhà tạo mẫu tóc, thợ làm đầu

그 동생 gư đông-seng Em ấy

유학생 iu-hac-seng Du học sinh

남편 nam-piơn Chồng

사업하다 sa-ơp-ha-đà Làm ăn, kinh doanh

작은 ja-gưn Nhỏ

가게 ga-ghê Cửa hàng

아버지 a-bơ-ji Bố, ba, cha

가구 ga-gu Đồ đạc, đồ nội thất

회사 công Công ty

가정주부 ga-jơng-ju-bu Nội trợ

무역회사 mu-iơc-huê-sa Công ty thương mại

Bài luyện

1. Điền vào từ thích hợp vào chỗ trống.

a. 당신은 ( )? Anh làm nghề gì ạ?

b. 저의 직업은 ( )입니다. Nghề nghiệp của tôi là bác sĩ.

c. 저는 ( )입니다. Tôi là sinh viên.

d. 나는 ( ) 공부합니다.

   Tôi học ở trường đại học Seoul.

2. Dịch sang tiếng Việt.

a. 하시는 일이 무엇인가요?

b. 나는 엔지니어입니다.

c. 나는 고등학교에서 역사를 가르칩니다.

d. 그 언니는 한국어 선생님입니다.

3. Hãy chọn câu có ý nghĩa khác với câu trong khung.

내 직업은 헤어디자이너입니다.

a. 나는 헤어디자이너입니다.
b. 나는 헤어디자이너 일을 합니다.
c. 나는 헤어디자이너 일을 좋아합니다.
d. 내가 하는 일은 헤어디자이너 일입니다.

note

· 직업 : Nghề
· 의사 Bác sĩ
· 대학교 Trường đại học

· 엔지니어 : Kỹ sư
· 고등학교 :
  Trường trung học phổ thông
· 역사 : Lịch sử
· 한국어 : Tiếng Hàn
· 선생님 : Giáo viên

· 헤어디자이너 : Nhà tạo mẫu tóc
· 좋아하다 : Thích

1. a. 당신은 무슨 일을 하십니까   b. 의사   c. 대학생   d. 서울대학교에서   2. a. Anh làm việc gì ạ?   b. Tôi là kỹ sư.   c. Tôi dạy lịch sử ở trường trung học phổ thông.   d. Chị ấy là giáo viên tiếng Hàn.
3. (c)

Từ vựng

Nghề nghiệp

선생님 Giáo viên
sơn-seng-nim

학생 Học sinh
hac-seng

의사 Bác sĩ
ưi-sa

회사원 Nhân viên công ty
huê-sa-uôn

간호사 Y tá
gan-hô-sa

경찰 Cảnh sát
Công an
ghiơng-chal

은행원 Nhân viên ngân hàng
ưn-heng-uôn

요리사 Đầu bếp
iô-ri-sa

농부 nông-bu Nông dân

화가 hoa-ga Hoạ sĩ

변호사 biơn-hô-sa Luật sư

사업가 sa-ơp-ka Thương gia

대학생 đe-hac-seng Sinh viên

근로자 gưl-rô-ja Người lao động, công nhân

신문기자 sin-mun-ghi-ja Nhà báo

연예인 iơn-iê-in Diễn viên

가수 ga-su Ca sĩ

가정주부 ga-jơng-ju-bu Nội trợ

판매원 pan-me-uôn Nhân viên bán hàng

건축가 gơn-chuc-ka Kiến trúc sư

기자 ghi-ja Phóng viên

엔지니어(기술자) ên-ji-ni-ơ(gi-sul-ja) Kỹ sư

어부 ơ-bu Ngư dân

디자이너 đi-ja-i-nơ Nhà thiết kế

공무원 gông-mu-uôn Công chức

여행가이드 iơ-heng-ga-i-đư Hướng dẫn viên du lịch

운전사 un-jơn-sa Tài xế

모델 mô-đêl Người mẫu

헤어디자이너(미용사) hê-ơ đi-ja-i-nơ(mi-iông-sa)
Nhà tạo mẫu tóc (Thợ cắt tóc)

강사 gang-sa Giảng viên

교수 ghiô-su Giáo sư

비서 bi-sơ Thư ký

파일럿 pa-il-lơt Phi công

선장 sơn-jang Thuyền trưởng

목수 môc-su Thợ mộc

아나운서 a-na-un-sơ Phát thanh viên

소방관 sô-bang-goan Lính cứu hỏa

Những nghề nghiệp trở nên Hot chỉ vì phim Hàn.

Những công việc dưới đây từng khá xa lạ với người Hàn Quốc nhưng nhờ phim ảnh, chúng đã nhanh chóng "gây sốt".

호텔리어 Quản lý khách sạn (Hotelier)

"Hotelior" là cụm từ để chỉ những người làm việc tại khách sạn nói chung, bao gồm các công việc như: quản lý, bảo vệ, tiếp tân,… Sau thành công lớn của bộ phim "Người quản lí khách sạn" năm 2001, công việc này đã nhận được sự quan tâm của rất nhiều người.

Trong phim, đây là công việc đi liền với hình ảnh của những nhân viên với vẻ ngoài lịch sự, chỉn chu, làm việc trong các khách sạn cao cấp. Chính điều này đã giúp hotelior gây được sự chú ý lớn và trở thành một trong những nghề nghiệp đáng mơ ước của giới trẻ Hàn Quốc.

Bên cạnh tiếp viên hàng không, công việc này cũng là một sự lựa chọn tuyệt vời đối với những ai có vẻ ngoài ưa nhìn và muốn làm việc trong một môi trường thật "sang chảnh".

바리스타 Nhân viên pha chế cà phê (Barista)

Nhân viên pha chế cà phê làm việc trong các quán cà phê với các nhiệm vụ như chuẩn bị, pha chế và phục vụ đồ uống. Công việc này trước đây chỉ phổ biến tại các nước phương Tây. Tuy nhiên cách đây 10 năm, bộ phim "Tiệm cà phê hoàng tử" đã mang cơn sốt mang tên "Barista" tới Hàn Quốc.

Bộ phim đã mang tới một công việc vô cùng mới mẻ trong mắt người Hàn Quốc. Các khâu chế biến độc đáo cùng sự thích thú khi được nếm thử vị cà phê mình pha chế đã giúp barista trở thành một "hiện tượng" tại xứ sở kim chi.

Từ bộ phim này, khán giả cũng bắt gặp rất nhiều những barista vô cùng điêu luyện trên màn ảnh nhỏ xứ Hàn. Công việc pha chế cà phê vì thế cũng trở thành một nghề nghiệp được nhiều bạn trẻ yêu thích.

가족
Gia đình

Hội thoại

선아 : **이것이 제 가족사진이에요. 우리 가족은 아버지,**
i-gơ-si jê ga-jôc-sa-jin-i-ê-iô   u-ri ga-jôc-ưn a-bơ-ji

어머니, 저 그리고 남동생 이렇게 네 명입니다.
ơ-mơ-ni jơ gư-ri-gô nam-đông-seng i-rơ-khê nê miơng-im-ni-đà

중 : **그렇군요. 누나의 가족은 어디에서 살고 있나요?**
gư-rơ-khun-iô   nu-na-ưi ga-jôc-ưn ơ-đi-ê-sơ sal-gô it-na-iô

선아 : **부모님은 부산에 사시고, 저와 남동생은 서울에 살고 있어요.**
bu-mô-nim-ưn bu-san-ê sa-si-gô jơ-oa nam-đông-seng-ưn sơ-ul-ê sal-gô it-sơ-iô

중 씨의 가족은 모두 몇 명인가요?
Jung si-ưi ga-jôc-ưn mô-đu miơt miơng-in-ga-iô

중 : **우리 가족은 저, 아내, 딸 이렇게 세 명이에요.**
u-ri ga-jôc-ưn jơ a-ne tal i-rơ-khê sê miơng-i-ê-iô

선아 : **아내와 딸도 한국에 살고 있나요?**
a-ne-oa tal-đô han-guc-ê sal-gô it-na-iô

중 : **아니요. 아내와 딸은 지금 베트남에 있어요.**
a-ni-iô   a-ne-oa tal-ưn ji-gưm bê-thư-nam-ê it-sơ-iô

Bản dịch

Sun-a : Đây là ảnh gia đình của tôi. Gia đình tôi có 4 người bố, mẹ, tôi và em trai.

Dũng : Thế, gia đình chị sống ở đâu?

Sun-a : Bố mẹ sống ở Busan. Tôi và em trai sống ở Seoul. Gia đình anh Dũng có mấy người?

Dũng : Gia đình tôi có 3 người, tôi và vợ tôi, con gái tôi.

Sun-a : Vợ và con gái anh cũng đang sống ở Hàn Quốc phải không?

Dũng : Không. Vợ và con gái đang ở Việt Nam.

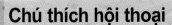

1. 누나의 가족은 어디에서 살고 있나요? Gia đình chị sống ở đâu?

Từ '어디' là đại từ nghi vấn có nghĩa là 'đâu', 'ở đâu', trong tiếng Hàn từ chỉ nơi chốn thường kết hợp với trợ từ '에서' như 'ở + từ chỉ nơi chốn' trong tiếng Việt.

> Cấu trúc : Từ chỉ nơi chốn + '에서' = ở + từ chỉ nơi chốn
>
> 한국에서 = ở Hàn Quốc   회사에서 = ở công ty

Cho nên 어디에서 có nghĩa là 'ở đâu'. Còn cụm từ '살고 있다' là dạng tiếp diễn của động từ '살다 sống'. Trong câu này có đại từ nghi vấn '어디' cho nên câu này trở thành câu hỏi.

2. 중 씨의 가족은 모두 몇 명인가요? Gia đình anh Dũng có mấy người?

Từ '몇' là đại từ nghi vấn dùng để hỏi về số lượng, cự ly, trọng lượng, thời gian v.v… có nghĩa là mấy. Từ này đứng trước danh từ chỉ loại như sau:

> Cấu trúc : 몇 + danh từ chỉ loại = mấy + danh từ chỉ loại
>
> 몇 명 – mấy người   몇 개 – mấy cái   몇 월 – tháng mấy

Trong tiếng Hàn, nếu trong câu có đại từ nghi vấn thì câu đó có thể trở thành câu hỏi. Lúc đó đuôi kết thúc của động từ cũng có sự thay đổi như sau:

Trường hợp động từ là '이다' thì ' – 이에요(예요)'? hoặc '인가요'?

Ví dụ : 몇 명인가요? Mấy người?   누구예요? Là ai?

Từ vựng mới

이것 i-gơt Đây, cái này	살고 있다 sal-gô it-tà Đang sống
가족 ga-jôc Gia đình	사시다 sa-si-đà Sống (Lịch sự, kính trọng)
사진 sa-jin Ảnh, hình	모두 mô-đu Tất cả, đều
아버지 a-bơ-ji Bố, ba, cha	몇 miơt Mấy
어머니 ơ-mơ-ni Mẹ, má	아내 a-ne Vợ
남동생 nam-đông-seng Em trai	～와 oa Và
이렇게 i-rơ-khê Như, như vậy	딸 tal Con gái
네 nê 4, bốn	세 sê 3, ba (Số đếm)
～명 miơng Người (khi đếm số lượng người)	～도 đô Cũng
그렇군요 gư-rơ-khun-iô Vậy, thế	지금 ji-gưm Bây giờ
어디에서 ơ-đi-ê-sơ Ở đâu	

Các biểu hiện chính

☑ **제 가족 소개를 하겠습니다.** Xin giới thiệu về gia đình tôi.
jê ga-jôc sô-ghe-rưl ha-ghết-sưm-ni-đà

☑ **우리 가족은 5(다섯)명으로 아빠, 엄마, 큰오빠, 둘째 오빠 그리고 저입니다.**
u-ri ga-jôc-ưn đa-sơt miơng-ư-rô a-bba ơm-ma khưn-ô-bba đul-jje-ô-bba gư-ri-gô jơ-im-ni-đà

Gia đình tôi có 5 người, bố mẹ, anh trai cả, anh trai thứ hai và tôi.

> **Tip** Khi gọi anh cả hoặc chị cả, dùng từ 큰 hoặc 첫째 trước cách xưng hô như: 큰오빠, 첫째 언니, còn anh chị kế hoặc thứ hai thì từ 작은 hoặc 둘째 được dùng như 둘째 형, 작은 누나.

☑ **성재 씨 가족은 모두 네 명이에요.** Gia đình anh Sung-jae có tất cả bốn người.
sơng-je si ga-jôc-ưn mô-đu nê miơng-i-ê-iô

> **Tip** Từ '모두' là danh từ và trạng từ, có nghĩa là 'tất cả, đều' và trong câu này nó đứng trước số từ và nhấn mạnh là có tất cả 4 người.

☑ **아버지, 어머니, 그리고 형이 한 명 있어요.** Có bố, mẹ và một anh trai.
a-bơ-ji ơ-mơ-ni gư-ri-gô hiơng-i han miơng it-sơ-iô

> **Tip** Từ 'anh' ở Hàn Quốc có 2 cách gọi, nếu người nói là con trai thì gọi anh là 형, còn nếu người nói là con gái thì gọi anh là 오빠. Từ 'chị' cũng có 2 cách gọi theo giới tính của người gọi, nếu người nói là con trai thì gọi chị là 누나, còn nếu người nói là con gái thì gọi chị là 언니. Cách xưng hô này không chỉ được dùng trong mối quan hệ gia đình, mà còn được dùng trong mối quan hệ xã hội.

☑ **성재 씨는 막내입니다.** Anh Sung-jae là con út trong gia đình.
sơng-je si-nưn mac-ne-im-ni-đà

☑ **민혁이는 가족 중에 둘째입니다.** Bạn Min-hyuk là con thứ hai trong gia đình.
min-hiơc-i-nưn ga-jôc-jung-ê đul-jje-im-ni-đà

☑ **은우는 맏아들입니다.** Bạn En-woo là con trai trưởng.
ưn-u-nưn mat-a-đưl-im-ni-đà

> **Tip** Từ 맏아들, 맏딸 được dùng để gọi con trai cả, con gái cả trong gia đình, cũng gọi là 큰아들, 큰딸.

☑ **현우는 외둥이예요.** Em Hyun-woo là con một.
hiơn-u-nưn uê-đung-i-iê-iô

> **Tip** Từ 외둥이 là con một không phân biệt trai hay gái, còn từ '외동아들' nghĩa là con trai duy nhất, từ '외동딸' là con gái duy nhất.

☑ **미나와 지나는 쌍둥이예요.**
mi-na-oa ji-na-nưn sang-đung-i-iê-iô

Em Mi-na và Ji-na là sinh đôi.

☑ **응아 씨의 가족은 네 명인데 남편, 응아 씨, 큰딸, 작은딸이 있습니다.**
ng-a si-ưi ga-jôc-ưn nê miơng-in-đê nam-piơn ng-a si khưn-tal jac-ưn-tal-i it-sưm-ni-đà

Gia đình chị Nga có 4 người, chồng, chị Nga, con gái lớn, con gái nhỏ.

☑ **응아 씨 남편은 한국 사람입니다.** Chồng chị Nga là người Hàn Quốc.
ng-a si nam-piơn-ưn han-guc sa-ram-im-ni-đà

☑ **응아 씨의 부모님은 베트남에 살고 계시고, 내년에 한국에 오세요.**
ng-a si-ưi bu-mô-nim-ưn bê-tư-nam-ê sal-gô ghiê-si-gô ne-niơn-ê han-guc-ê ô-sê-iô

Bố mẹ chị Nga đang sống ở Việt Nam, năm sau sẽ sang Hàn Quốc.

> **Tip** Từ '계시다' là kính ngữ của từ '있다' nhưng chỉ dùng khi chủ ngữ là con người. Còn dạng cơ bản của từ '오세요' là từ '오시다'. – 시다 là dạng kính ngữ của động từ, tính từ.
> *Ví dụ :* 하다 – 하시다 / 가다 – 가시다.

☑ **우리 가족은 대가족입니다.** Gia đình tôi là một gia đình lớn.
u-ri ga-jôc-ưn đe-ga-jôc-im-ni-đà

☑ **할아버지, 할머니, 아빠, 엄마, 큰형, 작은누나 저 그리고 막냇동생, 모두 8(여덟)명입니다.**
hal-a-bơ-ji hal-mơ-ni a-bba ơm-ma khưn-hiơng jac-ưn-nu-na jơ gư-ri-gô mac-net-đông-seng mô-đu iơ-đơl miơng-im-ni-đà

Có tất cả 8 người, ông, bà, bố mẹ, anh trai cả, chị gái kế, tôi và em út.

☑ **저희 할머니 할아버지는 시골에 사세요.** Ông bà tôi sống ở quê.
jơ-hưi hal-mơ-ni hal-a-bơ-ji-nưn si-gôl-ê sa-sê-iô

> **Tip** Từ 저희 và 우리 có nghĩa giống nhau nhưng khi người nghe là người lớn tuổi hơn thì dùng 저희, còn khi người nghe là người bằng tuổi hoặc nhỏ hơn, hoặc trong mối quan hệ xã giao thì dùng 우리.
> Tuy nhiên một điểm cần chú ý là khi nói về đất nước mình thì thường nói là 우리나라.

☑ **저희 친척들은 모두 광주에 살고 있습니다.**
jơ-hưi chin-chóc-đưl-ưn mô-du goang-ju-ê sal-gô it-sưm-ni-đà

Họ hàng tôi đều sống ở thành phố Gwang-ju.

☑ **저희는 신혼부부입니다.** Chúng tôi là hai vợ chồng mới lấy nhau.
jơ-hưi-nưn sin-hôn-bu-bu-im-ni-đà

> **Tip** Từ 신혼 là tân hôn, mới lấy nhau còn từ 부부 là vợ chồng. Khi nói riêng thì vợ là 아내, chồng là 남편 nhưng gọi chung thì dùng từ 부부 là từ gốc Hán.

☑ **저는 아들 둘과 딸 둘을 낳고 싶어요.** Tôi muốn sinh hai con trai và hai con gái.
jơ-nưn a-đưl đul-goa tal dul-ưl na-khô si-pơ-iô

> **Tip** Từ 와/과 được dùng để kết nối các danh từ, cụm từ, có nghĩa là 'với, cùng với, và v.v..'
> Khi danh từ không có phụ âm cuối thì dùng từ 와, còn khi danh từ có phụ âm cuối thì dùng từ 과.
> Cấu trúc : 엄마 + 아빠 : 엄마와 아빠   인간 + 동물 : 인간과 동물

☑ 빛나 씨는 몇 명의 형제자매가 있나요? Cô Bit-na có mấy anh chị em?
bit-na si-nưn miơt miơng-ưi hiơng-jê-ja-me-ga it-na-iô

> **Tip** Từ 형제 là anh em (khi cả hai anh em đều là con trai), từ 자매 là chị em (khi cả hai đều là con gái) còn 형제 자매 là anh chị em nói chung.

☑ 오빠 한 명 여동생 한 명이 있습니다. Tôi có một anh trai và một em gái.
ô-bba han miơng iơ-đông-seng han miơng-i it-sưm-ni-đà

☑ 우리 남매는 사이가 매우 좋습니다. Anh em chúng tôi rất thân với nhau.
u-ri nam-me-nưn sa-i-ga me-u jot-sưm-ni-đà

> **Tip** Từ 남매 là anh em (ở đây em là em gái) hoặc là chị em (ở đây em là em trai). Tức là có một người là con trai, 1 người là con gái.

☑ 우리 가족은 매우 화목합니다. Gia đình chúng tôi rất hoà thuận.
u-ri ga-jôc-ưn me-u hoa-mô-kham-ni-đà

Từ vựng mới

소개하다 sô-ghe-ha-đà Giới thiệu	오시다 ô-si-đà Đến (Kính ngữ)
다섯 đa-sơt 5, năm (Số đếm)	대가족 đe-ga-jôc Gia đình lớn
아빠 a-bba Bố	할아버지 hal-a-bơ-ji Ông
엄마 ơm-ma Mẹ	할머니 hal-mơ-ni Bà
큰오빠 khưn-ô-bba Anh cả	여덟 iơ-đơl 8, tám (Số đếm)
둘째 오빠 đul-jje ô-bba Anh kế, anh thứ hai	저희 jơ-hưi Chúng tôi, chúng ta (chúng em)
그리고 gư-ri-gô Và	시골 si-gôl Quê, thôn quê
모두 mô-đu Tất cả, đều	친척 chin-chốc Họ hàng, bà con
형 hiơng Anh (Con gái gọi)	~들 đưl Các, những
막내 mac-ne Em út	광주 goang-ju Thành phố Gwang-ju (Địa danh)
둘째 đul-jje Thứ hai	신혼부부 sin-hôn-bu-bu Vợ chồng mới lấy nhau
맏아들 mat-a-đưl Con trai cả	낳다 na-thà Sinh
외둥이 uê-đung-i Con một	~(하)고 싶어요 (ha)-gô si-pơ-iô Muốn
쌍둥이 sang-đung-i Sinh đôi	한 han 1, một (Số đếm)
남편 nam-piơn Chồng	화목하다 hoa-mố-kha-đà Hoà thuận
작은딸 jac-ưn-tal Con gái nhỏ	남매 nam-me Anh em (gái), chị em (trai) (2 người giới tính khác nhau)
부모님 bu-mô-nim Bố mẹ	
살고 계시다 sal-gô ghiê-si-đà Sống (Kính ngữ)	사이가 좋다 sa-i-ga jo-thà Thân nhau
내년 ne-niơn Nam sau, sang năm	

Bài luyện

note
- 사진 : Ảnh
- 명 : Người
- 아내 : Vợ
- 딸 : Con gái

1. **Điền vào từ thích hợp vào chỗ trống.**

a. 이것이 제 (   )이에요. Đây là ảnh gia đình của tôi.

b. 우리 가족은 (   )명이에요. Gia đình tôi có 4 người.

c. 중 씨의 가족은 (   )?

　　Gia đình anh Dũng có mấy người?

d. (   )은 지금 베트남에 있어요.

　Vợ và con gái đang ở Việt Nam.

- 가족 : Gia đình
- 화목하다 : Hoà thuận
- 맏아들 : Con trai cả
- 살다 : Sống

2. **Dịch sang tiếng Việt.**

a. 우리 가족은 다섯 명으로 아빠, 엄마, 큰오빠, 둘째 오빠 그리고 저입니다.

b. 우리 가족은 매우 화목합니다.

c. 그 형은 맏아들입니다.

d. 우리 남매는 서울에서 살고 있어요.

3. **Hãy chọn câu sự liên kết giữa tiếng Hàn và tiếng Việt không đúng.**

a. 부모님 – Bố mẹ

b. 할아버지 할머니 – Bác chú

c. 큰오빠 – Anh trai cả

d. 친척 – Họ hàng

1. a. 가족사진　b. 네　c. 몇 명인 가요?　d. 아내와 딸　　　2. a. Gia đình tôi có 5 người, bố mẹ, anh trai cả, anh trai thứ hai và tôi.　b. Gia đình tôi rất hoà thuận.　c. Anh ấy là con trai cả.　d. Chị em trai tôi đang sống ở Seoul.　　3. (b)

Từ vựng

Gia đình, họ hàng

아버지 Bố/ba/cha
a-bơ-ji

어머니 Mẹ/má
ơ-mơ-ni

형/오빠 Anh trai
hiơng/ô-bba

누나/언니 Chị gái
nu-na/ơn-ni

남동생 Em trai
nam-đông-seng

여동생 Em gái
iơ-đông-seng

친할아버지 Ông nội
chin-hal-a-bơ-ji

친할머니 Bà nội
chin-hal-mơ-ni

부모님 bu-mô-nim Bố mẹ

딸 tal Con gái

손녀 sôn-niơ Cháu gái

사촌 sa-chôn Anh chị em họ

외할머니 uê-hal-mơ-ni Bà ngoại

큰어머니 khưn-ơ-mơ-ni Bác gái(Vợ của Bác)

작은아버지 jac-ưn-a-bơ-ji Chú

작은고모 jac-ưn-gô-mô Cô(Em gái của bố)

외숙모 uê-suc-mô Mợ

이모부 i-mô-bu Dượng, chú(Chồng của dì)

시어머니 si-ơ-mơ-ni Mẹ chồng

장모님 jang-mô-nim Mẹ vợ

사위 sa-ui Con rể

매형 me-hiơng Anh rể(Chồng của chị gái, em trai gọi)

여보 iơ-bô Mình, anh, em(Cách xưng hô giữa hai vợ chồng)

아들 a-đưl Con trai

손자 sôn-ja Cháu trai

조카 jô-kha Cháu

외할아버지 uê-hal-a-bơ-ji Ông ngoại

큰아버지 khưn-a-bơ-ji Bác

큰고모 khưn-gô-mô Bác(Chị gái của bố)

작은어머니 jac-ưn-ơ-mơ-ni Thím(Vợ của chú)

외삼촌 uê-sam-chôn Bác trai, cậu

이모 i-mô Dì

시아버지 si-a-bơ-ji Bố chồng

장인어른 jang-in-ơ-rưn Bố vợ

며느리 miơ-nư-ri Con dâu

처남 chơ-nam Anh em trai của vợ

형부 hiơng-bu Anh rể(Chồng của chị gái, em gái gọi)

마누라 ma-nu-ra Vợ, Bà xã

Đặc điểm đám cưới của người dân Hàn Quốc

Mỗi đất nước, mỗi nền văn hóa có một phong tục cưới hỏi riêng, mang đậm bản sắc của dân tộc mình. Hãy cùng 'Cẩm nang cưới hỏi' tìm hiểu những nét độc đáo trong đám cưới truyền thống của người Hàn Quốc.

Đám cưới truyền thống của người dân Hàn Quốc được gọi là Taerye. Lễ cưới được tổ chức linh đình mà trang trọng, với nhiều thủ tục, nghi lễ kéo dài và cầu kỳ.

Lễ cưới truyền thống của Hàn Quốc bao gồm các bước sau:

+ Nhà trai sắm sửa và mang lễ vật để đặt vấn đề hôn nhân với nhà gái

+ Chọn ngày lành tháng tốt hai bên gia đình gặp nhau bàn chuyện hôn nhân

+ Nhà trai thông qua bà mối hỏi nhà gái ấn định ngày cử hành hôn lễ

+ Nhà trai mang sính lễ tới nhà gái

+ Chú rể tới nhà gái đón cô dâu về

Trước lễ cưới ít ngày, gia đình nhà trai thường gửi một cái hộp (ham) đựng quà tặng hay còn gọi là yemul cho gia đình nhà cô dâu. Những quà tặng này thông thường là những thước vải đỏ và xanh để may trang phục truyền thống và đồ trang sức. Trước đây, chiếc hộp này thường do một người hầu cầm đến, nhưng ngày nay người đảm nhận công việc đó thường là bạn bè của cô dâu chú rể.

Chiếc hộp này được giao cho cô dâu vào ban đêm và khi đến gần nhà cô dâu thì người mang quà, với bộ mặt vui vẻ cười nói, có thể kêu to "Mua hộp đi! Hộp để bán đây!". Chiếc hộp đó sẽ chỉ đưa cho bố mẹ cô dâu khi nào người mang hộp được tặng đồ ăn, rượu và nhận được một khoản tiền. Khi nhận tiền, người đó sẽ đưa chiếc hộp cho mẹ cô dâu. Để trả công, người mang hộp được mời ăn một bữa thịnh soạn, trong lúc đó thì mẹ cô dâu mở hộp ra và kiểm tra những thứ bên trong.

Lễ cưới truyền thống Hàn Quốc thường được tổ chức ở nhà cô dâu, ở phòng ngoài hoặc ở trong sân. Buổi lễ bắt đầu bằng việc cô dâu và chú rể cúi chào nhau và làm lễ giao bôi. Họ đứng đối diện nhau trước bàn cưới. Trong suốt lễ giao bôi, cô dâu thường được một người hầu gái lớn tuổi hoặc một hay hai người phụ nữ thông thạo về thủ tục cưới xin giúp đỡ.

05

시간
Thời gian

Hội thoại

하나 : 좋은 아침이에요. 밍 씨 어디 가세요?
jô-ưn a-chim-i-ê-iô   ming si ơ-đi ga-sê-iô

밍 : 안녕하세요? 저는 회사 출근하고 있습니다.
an-niơng-ha-sê-iô   jơ-nưn huê-sa chul-gưn-ha-gô it-sưm-ni-đà

하나 : 오, 일찍 가시네요. 지금 몇 시인가요?
ô il-jjic ga-si-nê-iô   ji-gưm miơt si-in-ga-iô

밍 : 지금 7시 20분입니다. 저는 일찍 출근하는 게 좋아요.
ji-gưm il-gôp-si i-sip-bun-im-ni-đà   jơ-nưn il-jjic chul-gưn-ha-nưn ghê jô-a-iô

하나 씨, 토요일에 같이 영화 볼까요?
ha-na si thô-iô-il-ê ga-chi iơng-hoa bôl-ca-iô

하나 : 네, 좋아요. 몇 시에 만날까요?
nê jô-a-iô   miơt-si-ê man-nal-ca-iô

밍 : 오후 네 시쯤 어떠세요? 영화가 네 시 반에 시작합니다.
ô-hu nê si-jjưm ơ-tơ-sê-iô   iơng-hoa-ga nê si ban-ê si-ja-kham-ni-đà

하나 : 좋아요.
jô-a-iô

Bản dịch

Ha-na : Chào buổi sáng. Anh Minh đi đâu đấy?

Minh : Chào cô. Tôi đang đi làm ở công ty.

Ha-na : Ồ, đi sớm thế. Bây giờ là mấy giờ?

Minh : Bây giờ là 7 giờ 20 phút. Tôi thích đi làm sớm.

Cô Hana ơi, thứ bảy chúng ta cùng đi xem phim được không?

Ha-na : Vâng, hay quá. Mấy giờ chúng ta sẽ gặp nhau?

Minh : 4 giờ chiều thế nào? Phim bắt đầu lúc 4 giờ rưỡi.

Ha-na : Được.

Chú thích hội thoại

1. 지금 몇 시인가요? Bây giờ là mấy giờ?
지금 7시 20분입니다. Bây giờ là 7 giờ 20 phút.

Từ '몇 시' có nghĩa là 'mấy giờ', từ '몇' đứng trước danh từ để hỏi về số lượng có nghĩa là mấy, bao nhiêu. Trong tiếng Hàn có 2 loại số đếm, là số đếm thuần Hàn và số đếm Hán Hàn. Số đếm thuần Hàn dùng khi nói về số lượng người, tuổi tác, thời gian (giờ), đếm số thứ tự. Số đếm Thuần Hàn thường dùng để đếm số lượng nhỏ hay là đếm từng cái một. Còn số đếm Hán Hàn dùng khi biểu hiện về thời gian (phút, giây), nói về ngày, tháng, năm, giá cả, số điện thoại, địa chỉ nhà, số phòng, khi đếm số lượng lớn. Số đếm Hán Hàn thường dùng để đề cập đến một lượng đã định.

1) Số đếm thuần Hàn (Từ số 1-10)

1	2	3	4	5	6	7	8	9	10
하나 (한)	둘 (두)	셋 (세)	넷 (네)	다섯	여섯	일곱	여덟	아홉	열
ha-na (han)	đul (đu)	sêt (sê)	nêt (nê)	đa-sơt	iơ-sơt	il-gôp	iơ-đơl	a-hôp	iơl

2) Số đếm Hán Hàn (Từ số 1-10)

1	2	3	4	5	6	7	8	9	10
일	이	삼	사	오	육	칠	팔	구	십
il	i	sam	sa	ô	iuc	chil	pal	gu	sip

[Chú ý] Từ số 100 trở lên, chỉ đọc theo bảng số đếm Hán Hàn. Số từ 0 đọc là 영, hoặc là 공. Khi đọc số điện thoại thì thường dùng từ 공.

Khi đọc giờ, phải dùng số đếm thuần Hàn như sau : 한 시, 두 시, 세 시, 네 시, 다섯 시…còn đọc phút thì phải dùng số đếm Hán Hàn như sau : 일 분, 이 분, 십 분…..

Ví dụ : 7시 20분 thì phải đọc là 일곱 시 이십 분.

Từ vựng mới

좋은 아침 jô-ưn a-chim Buổi sáng tốt lành
어디 ơ-đi Đâu   **가다** ga-đà Đi
회사 huê-sa Công ty
출근하다 chul-gưn-ha-đà Đi làm
일찍 il-jjic Sớm   **지금** ji-gưm Bây giờ
몇 miơt Mấy   **시** si Giờ
분 bun Phút   **~이다** i-đà Là
~하는 게 좋다 ha-nưn ghê jô-thà Thích+động từ

토요일 thô-iô-il Thứ bảy
같이 ga-chi Cùng, với
영화 iơng-hoa Phim   **보다** bô-đà Xem
좋아요 jô-a-iô Tốt, thích
만나다 man-na-đà Gặp
오후 ô-hu Buổi chiều
어떠세요 ơ-tơ-sê-iô Thế nào
반 ban Rưỡi, nửa

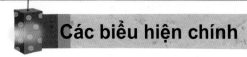

Các biểu hiện chính

☑ **지금 몇 시가 되었습니까?** Bây giờ là mấy giờ rồi ạ?

ji-gưm miơt si-ga đuê-ơt-sưm-ni-ca

> **Tip** Khi hỏi về thời gian, người Hàn thường hỏi là '몇 시입니까?' hoặc là '몇 시 되었나요?' Từ (시간이) 되었다 là dạng quá khứ của từ (시간이) 되다 có nghĩa là 'đến giờ ~ rồi'.
> *Ví dụ :* 수업 시간이 되다 Đến giờ học rồi.

☑ **지금은 11시 정각입니다.** Bây giờ là 11 giờ đúng.

ji-gưm-ưn iơl-han-si jơng-gác-im-ni-đà

> **Tip** Khi nói về thời gian, trật tự câu là giờ, phút, giây giống như tiếng Việt chúng ta. Còn từ 정각 có nghĩa là 'đúng', đứng sau từ giờ.

☑ **지금은 11시 반입니다.** Bây giờ là 11 giờ rưỡi.

ji-gưm-ưn iơl-han-si ban-im-ni-đà

☑ **11시 조금 넘었습니다.** Hơn 11 giờ một chút rồi.

iơl-han-si jô-gưm nơm-ơt-sưm-ni-đà

> **Tip** Từ '넘었다' là dạng thì quá khứ của từ '넘다' có nghĩa là quá mức độ nào đó. Nói về giờ giấc thì chúng ta có thể hiểu là tương tự như cụm từ 'hơn + mấy giờ'.

☑ **10시 10분 전이에요.** 10 giờ kém 10.

iơl-si sip-bun jơn-i-ê-iô

> **Tip** 10시 10분 전 có nghĩa là 10 giờ nhưng kém 10 phút, trong câu này từ 전 có nghĩa là 'trước'.

☑ **12시가 다 되었습니다.** Sắp 12 giờ rồi.

iơl-đu-si-ga đa đuê-ơt-sưm-ni-đà

☑ **언니는 보통 몇 시에 학교에 오세요?** Chị thường đến trường lúc mấy giờ?

ơn-ni-nưn bô-thông miơt si-ê hac-kiô-ê ô-se-iô

☑ **나는 항상 수업 시작 20분 전에 학교에 와요.**

na-nưn hang-sang su-ơp si-jac i-sip-bun jơn-ê hac-kiô-ê oa-iô

Tôi luôn đến trường trước 20 phút trước khi bắt đầu lớp học.

> **Tip** Từ '항상' là phó từ chỉ tần suất có nghĩa là 'luôn luôn' và nó thường đứng trước động từ. Trường hợp có bổ ngữ trong câu thì có thể đứng trước bổ ngữ hoặc sau bổ ngữ.

☑ **형은 한국어 공부를 몇 시부터 몇 시까지 해요?**

hiơng-ưn han-guc-ơ gông-bu-rưl miơt si-bu-thơ miơt si-ca-ji he-iô

Anh học tiếng Hàn từ mấy giờ đến mấy giờ?

> **Tip** 몇 시부터 몇 시까지 : Cụm từ này hay được dùng khi hỏi về thời lượng của một hành động hoặc một chương trình nào đó, có nghĩa là từ mấy giờ đến mấy giờ. Cụm từ này đứng trước động từ.

☐ 나는 오전 10시부터 12시까지 공부해. Tôi học từ 10 giờ đến 12 giờ sáng.
  na-nưn ô-jơn iơl-si-bu-thơ iơl-đu-si-ca-ji gông-bu-he

☐ 란 흐엉아, 너는 하루에 몇 시간 한국어를 공부하니?
  lan hư-ơng-a nơ-nưn ha-ru-ê miơt si-gan han-guc-ơ-rưl gông-bu-ha-ni

Em Lan Hương ơi, em học tiếng Hàn mấy tiếng một ngày?

> **Tip** Cần phải phân biệt từ '몇 시' và '몇 시간'. Từ '몇 시' là 'mấy giờ' và hỏi về giờ còn '몇 시간' là 'mấy tiếng', hỏi về thời lượng. Khi dùng từ '몇 시간', nếu cần xác định phạm vi thì cụm từ 'đơn vị thời gian + 에' sẽ đứng trước cụm từ đó.

☐ 저는 하루에 세 시간 한국어를 공부해요.
  jơ-nưn ha-ru-ê sê si-gan han-guc-ơ-rưl gông-bu-he-iô

Tôi học tiếng Hàn trong 3 tiếng một ngày.

> **Tip** Từ '시간' có nhiều nghĩa khác nhau, nếu là danh từ, có nghĩa là 'thời gian' nhưng nếu kết hợp với số từ như cấu trúc 'số từ + 시간' thì có nghĩa là 'mấy tiếng' để hỏi về số lượng thời gian.

☐ 오늘 12시에 같이 점심 먹을까요? 12 giờ hôm nay, ăn trưa cùng tôi không?
  ô-nưl iơl-đu-si-ê ga-chi jơm-sim mơ-gưl-ca-iô

> **Tip** 12시에 : Trong tiếng Hàn không có giới từ như 'lúc, vào' trong tiếng Việt chúng ta, thay vào đó trong tiếng Hàn có trợ từ '에' đứng sau danh từ chỉ thời gian và trong khẩu ngữ có thể được lược bỏ cho tự nhiên.

☐ 12시요? 12시에 회의가 있어요. 1시는 어때요?
  iơl-đu-si-iô iơl-đu-si-ê huê-ưi-ga it-ơ-iô han-si-nưn ơ-te-iô

12 giờ à? 12 giờ có cuộc họp. 1 giờ thế nào?

☐ 좋아요. 1시에 쌀국수 집 앞에서 만나요. Tốt. 1 giờ gặp nhau ở trước quán phở nhé.
  jô-a-iô   han-si-ê sal-guc-su jip a-pê-sơ man-na-iô

> **Tip** Cả '앞' và '전' đều có nghĩa là 'trước' nhưng trong tiếng Hàn từ '앞' là vị trí phía trước của một không gian nào đó, còn từ '전' có nghĩa là 'trước' về thời gian.

☐ 하나 씨는 주로 몇 시에 퇴근하세요? Cô Ha-na thường về nhà lúc mấy giờ?
  ha-na si-nưn ju-rô miơt si-ê thuê-gưn-ha-sê-iô

> **Tip** Từ '주로' là phó từ chỉ tần suất cũng như '항상', nhưng tần suất ít hơn từ '항상' một chút, tương đương với từ 'thường, chủ yếu' trong tiếng Việt. Thêm nữa, từ '주로' cũng hay được dùng để hỏi về thói quen của một người nào đó.

☐ 저는 주로 저녁 7시에 퇴근해요. Tôi thường về nhà lúc 7 giờ tối.
  jơ-nưn ju-rô jơ-niơc il-gôp-si-ê thuê-gưn-he-iô

☐ 주말 저녁에 주로 뭐 하세요? Vào buổi tối cuối tuần, bạn thường làm gì?
  ju-mal jơ-niơc-ê ju-rô mươ ha-sê-iô

☑ 주말 저녁에 저는 주로 친구를 만나요.
ju-mal jơ-niơc-ê jơ-nưn ju-rô chin-gu-rưl man-na-iô

Vào buổi tối cuối tuần, mình thường gặp bạn.

☑ 오늘 회의가 몇 시에 시작하나요? Hôm nay cuộc họp bắt đầu lúc mấy giờ?
ô-nưl huê-ưi-ga miơt si-ê si-ja-kha-na-iô

☑ 오늘 회의는 오후 2시부터 시작해요. Hôm nay cuộc họp bắt đầu từ 2 giờ chiều.
ô-nưl huê-ưi-nưn ô-hu đu-si-bu-thơ si-ja-khe-iô

☑ 오늘 나는 3시 전까지 서울에 가야 해요. Hôm nay tôi phải đến Seoul trước 3 giờ.
ô-nưl na-nưn sê-si jơn-ca-ji sơ-ul-ê ga-ia he-iô

☑ 요즘에 나는 시간이 없어요. Dạo này, tôi không có thời gian.
iô-jưm-ê na-nưn si-gan-i ơp-sơ-iô

Từ vựng mới

조금 jô-gưm Một chút	있다 it-tà Có
전 jơn Trước	쌀국수 집 sal-guc-su jip Quán phở
다 되다 đa đuê-đà Sắp ~ rồi	앞 ap Trước
보통 bô-thông Thường	주로 ju-rô Thường, hay, thường xuyên
학교 hac-kiô Trường học	퇴근하다 thuê-gưn-ha-đà Về nhà, tan tầm
항상 hang-sang Luôn luôn	주말 ju-mal Cuối tuần
수업 su-ơp Lớp học	저녁 jơ-niơc Buổi tối
시작 si-jac Bắc đầu	뭐 muơ Cái gì, vật gì, việc gì, gì
한국어 han-guc-ơ Tiếng Hàn	친구 chin-gu Bạn
공부 gông-bu Học	가다 ga-đà Đi, sang
오전 ô-jơn Buổi sáng	~야 하다 ia ha-đà Phải + động từ
하루 ha-ru Một ngày	요즘 iô-jưm Dạo này
오늘 ô-nưl Hôm nay	나 na Tôi
점심 jơm-sim Buổi trưa, cơm trưa	시간 si-gan Thời gian
먹다 mơc-tà Ăn	없다 ơp-tà Không có
회의 huê-ưi Cuộc họp	

Bài luyện

1. **Điền vào từ thích hợp vào chỗ trống.**

a. 저는 회사 (   ) 있습니다. Tôi đang đi làm ở công ty.

b. 지금 (   )인가요? Bây giờ là mấy giờ?

c. 지금 (   )입니다. Bây giờ là bảy giờ hai mươi phút.

d. 저는 일찍 (   ) 좋아요. Tôi thích đi làm sớm.

e. 주말에 (   ) 영화 볼까요?

   Cuối tuần chúng ta cùng xem phim không?

2. **Dịch sang tiếng Việt.**

a. 하나 씨는 주로 몇 시에 퇴근하세요?

b. 지금은 11시 3분 전입니다.

c. 너는 몇 시부터 몇 시까지 회사에서 일하니?

d. 요즘 나는 시간이 없다.

3. **Hãy chọn câu sự liên kết giữa tiếng Hàn và tiếng Việt không đúng.**

a. 하루 – Hôm nay

b. 주말 저녁 – Buổi tối cuối tuần

c. 영화 보다 – Xem phim

d. 일찍 – Sớm

---

1. a. 출근하고   b. 몇 시   c. 7시 20분   d. 출근하는 게   e. 같이   2. a. Cô Ha-na thường về nhà lúc mấy giờ   b. Bây giờ là 11 giờ kém 3.   c. Em làm việc ở công ty từ mấy giờ đến mấy giờ? d. Dạo này tôi không có thời gianl.   3. (a)

Từ vựng

Các từ chỉ thời gian trong ngày và số từ

오전 Sáng
ô-jơn

오후 Chiều
ô-hu

저녁 Buổi tối
jơ-niơc

밤 Ban đêm
bam

아침 Buổi sáng
a-chim

낮 Ban ngày
nat

새벽 Sáng sớm
se-biơc

점심 Buổi trưa
jơm-sim

1) Số đếm thuần Hàn

1	**하나 (한)** ha-na (han)	15	**열다섯** iơl-đa-sơt	
2	**둘 (두)** đul (đu)	16	**열여섯** iơl-iơ-sơt	
3	**셋 (세)** sêt (sê)	17	**열일곱** iơl-il-gôp	
4	**넷 (네)** nêt (nê)	18	**열여덟** iơl-iơ-đơl	
5	**다섯** đa-sơt	19	**열아홉** iơl-a-hôp	
6	**여섯** iơ-sơt	20	**스물** sư-mul	
7	**일곱** il-gôp	30	**서른** sơ-rưn	
8	**여덟** iơ-đơl	40	**마흔** ma-hưn	
9	**아홉** a-hôp	50	**쉰** suin	
10	**열** iơl	60	**예순** iê-sun	
11	**열하나 (열한)** iơl-ha-na (iơl-han)	70	**일흔** il-hưn	
12	**열둘 (열두)** iơl-đul (iơl-đu)	80	**여든** iơ-đưn	
13	**열셋 (열세)** iơl-sêt (iơl-sê)	90	**아흔** a-hưn	
14	**열넷 (열네)** iơl-nêt (iơl-nê)	100	**백** bec	
		1.000	**천** chơn	

2) Số đếm Hán Hàn

1	**일** il	16	**십육** sip-iuc
2	**이** i	17	**십칠** sip-chil
3	**삼** sam	18	**십팔** sip-pal
4	**사** sa	19	**십구** sip-gu
5	**오** ô	20	**이십** i-sip
6	**육** iuc	30	**삼십** sam-sip
7	**칠** chil	40	**사십** sa-sip
8	**팔** pal	50	**오십** ô-sip
9	**구** gu	60	**육십** iuc-sip
10	**십** sip	70	**칠십** chil-sip
11	**십일** sip-il	80	**팔십** pal-sip
12	**십이** sip-i	90	**구십** gu-sip
13	**십삼** sip-sam	100	**백** bec
14	**십사** sip-sa	1.000	**천** chơn
15	**십오** sip-ô		

Câu chuyện thú vị về Hàn Quốc

6 điều được xem là tối kỵ ở Hàn Quốc

Giống như những nước châu Á khác tồn tại một số niềm tin mê tín, người Hàn Quốc vẫn có điều tối kỵ riêng. Hiểu được những điều này có thể giúp bạn tránh gặp phải rắc rối khi kết giao với họ.

1. Số 4 là số xui : Người Hàn Quốc không thích con số 4, họ tin rằng nó mang lại vận xui. Ở các tòa nhà, trong thang máy, đôi lúc bạn sẽ thấy họ không để tầng 4, mà thay thế bằng ký tự "F".

2. Viết tên bằng mực đỏ : Những tưởng đây là chuyện bình thường, nhưng thật ra đó là điều tối kỵ. Theo lý giải của người dân, chỉ khi bạn muốn ai đó chết thì mới viết tên họ bằng mực đỏ. Nó mang đến điểm xấu, thậm chí là cái chết.

3. Để quạt mở trong phòng đóng : Một số người mê tín ở Hàn Quốc cho rằng việc để một chiếc quạt mở trong căn phòng đóng kín khi bạn đang ngủ sẽ khiến bạn chết. Đây là niềm tin còn tồn tại phổ biến, đặc biệt ở thế hệ người lớn tuổi.

4. Huýt sáo đêm khuya : Nếu bạn muốn thu hút các oan hồn hay những con ma thì cứ việc huýt sáo giữa đêm khuya. Tuy nhiên, nếu người Hàn Quốc nghe thấy, họ sẽ tìm cách bịt miệng bạn lại.

5. Mua giày để tặng : Nhiều lời truyền miệng nói rằng nếu bạn tặng một đôi giày cho người bạn yêu thương, chẳng hạn bạn trai, bạn bè, người thân... thì họ sẽ bỏ bạn đi không quay về nữa. Do đó, khi nhận được món quà là đôi giày, thường người Hàn Quốc sẽ đưa lại bạn một khoản tiền nhỏ như một cuộc đổi chác để tránh niềm tin kia trở thành sự thật.

6. Đi xuống con đường Deoksugung : Tỉ lệ ly hôn tại Hàn Quốc thật sự rất cao, bên cạnh những mâu thuẫn vụn vặt, nhiều người còn giữ trong lòng niềm tin rằng nếu trước đây cặp đôi nào lỡ dại đi xuống con đường Deoksugung thì kết cục sẽ phải đứng trước tòa. Người ta nói rằng chuyện tình của bạn sẽ tan vỡ nếu cả hai bước xuống con đường này.

Bài 06

날짜
Ngày tháng

Hội thoại

성재 : 오늘이 며칠인가요?
ô-nư-ri mio-chil-in-ga-iô

링 : 오늘은 5월 2일이에요. 성재 씨, 언제 베트남 여행을 가시죠?
ô-nư-rưn ô-uôl i-il-i-ê-iô   sơng-jae si ơn-jê bê-thư-nam iơ-heng-ưl ga-si-jô

성재 : 다음 주 월요일에 가요. 5월 7일이네요.
đa-ưm ju uôl-iô-il-ê ga-iô   ô-uôl chil-il-i-nê-iô

링 : 며칠 동안 베트남 여행을 하세요?
mio-chil đông-an bê-thư-nam iơ-heng-ưl ha-sê-iô

성재 : 5일 동안이요. 하노이에서 이틀, 호찌민에서 3일 있을 거예요.
ô-il đông-an-i-iô   ha-nô-i-ê-sơ i-thư hô-jji-min-ê-sơ sam-il it-sư gơ-iê-iô

링 씨는 언제 여행을 갔나요?
ling si-nưn ơn-jê iơ-heng-ưl gat-na-iô

링 : 저는 지난 주 토요일에 제주도에 갔다 왔어요.
jơ-nưn ji-nan-ju thô-iô-il-ê je-ju-đô-ê gat-ta oát-sơ-iô

한라산도 등산하고 재미있었어요.
hal-la-san-đô đưng-san-ha-gô je-mi-it-sơt-sơ-iô

Bản dịch

Sung-jae : Hôm này là ngày mấy (bao nhiêu)?

Linh :　Hôm nay là ngày mồng 2 tháng 5. Anh Sung-jae ơi, khi nào anh đi du lịch Việt Nam?

Sung-jae : Tôi sẽ đi vào thứ hai tuần sau. Ngày mồng 7 tháng 5 nhỉ.

Linh :　Anh du lịch ở Việt Nam trong mấy ngày?

Sung-jae : Trong 5 ngày. Tôi định ở Hà Nội 2 ngày, còn ở TP.HCM 3 ngày.

　　　　　Còn cô Linh đã đi du lịch bao giờ?

Linh :　Tôi đã đi đảo Jeju vào thứ bảy tuần trước. Tôi cũng đã leo núi Hanla, rất thú vị.

Chú thích hội thoại

1. 저는 지난주 토요일에 제주도에 갔다 왔어요.

Tôi đã đi đảo Jeju vào thứ bảy tuần trước.

Trong tiếng Hàn có 4 thì : thì quá khứ, thì hiện tại, thì hiện tại tiếp diễn và thì tương lai.

1) Thì quá khứ : Động từ + 았/었/였다

Khi nguyên âm cuối của thân động từ hoặc tính từ là 'ㅏ' hoặc 'ㅗ'thì gắn với 一았, còn đó không phải là 'ㅏ' hoặc 'ㅗ' thì gắn với 一었. Và từ khi kết thúc của động từ hoặc tính từ là '하다' thì sẽ là '했어요' hoặc '했습니다'.

오다 - 왔다 - 왔어요 Đã đến   먹다 - 먹었다 - 먹었어요 Đã ăn

공부하다 - 공부했다 - 공부했어요 Đã học

2) Thì hiện tại : Động từ + ㄴ/는다

Khi động từ không có patchim thì gắn với '一ㄴ' còn có patchim thì gắn với '一는'.

먹다 - 먹는다 Đang ăn   사다 - 산다 Đang mua

3) Thì hiện tại tiếp diễn : Động từ + 고 있다

웃다 - 웃고 있다 Đang cười   공부하다 - 공부하고 있다 Đang học

4) Thì tương lai : Động từ + (으)ㄹ 것이다

Khi động từ không có patchim hoặc có patchim là 'ㄹ' thì gắn với 'ㄹ 것이다' còn động từ có patchim khác thì gắn với '을 것이다'.

가다 - 갈 것이다 - 갈 거예요 Sẽ đi

공부하다 - 공부할 것이다 - 공부할 거예요 Sẽ học

Từ vựng mới

오늘 ô-nưl Hôm nay
며칠 mơ-chil Ngày mấy, mấy ngày
월 uôl Tháng
일 il Ngày
언제 ơn-jê Khi nào, bao giờ, lúc nào
여행(하다) iơ-heng(ha-đà) Du lịch
가다 ga-đà Đi
다음 주 đa-ưm ju Tuần sau
월요일 uơl-iô-il Thứ hai
~동안 đông-an Trong
하노이 ha-nô-i Hà Nội

이틀 i-thưl 2 ngày
호찌민 hô-jji-min TP.HCM
예정이다 iê-jơng-i-đà Định, dự định
지난 주 ji-nan-ju Tuần trước
토요일 thô-iô-il Thứ bảy
제주도 je-ju-đô Đảo Jeju
갔다 오다 gat-ta ô-đà Đi ...về
한라산 hal-la-san Núi hanla
등산하다 đưng-san-ha-đà Leo núi
~하고 ha-gô Và
재미있다 je-mi-it-tà Hay, thú vị

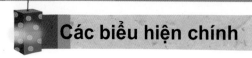

Các biểu hiện chính

☑ **내일은 며칠입니까?** Ngày mai là ngày mấy (bao nhiêu)?
ne-il-ưn miơ-chil-im-ni-ca

☑ **내일은 7월 25일입니다.** Ngày mai là ngày 25 tháng 7.
ne-il-ưn chil-uôl i-sip-ô-il-im-ni-đà

> **Tip** khi nói về ngày, tháng, năm trật tự câu hoàn toàn ngược lại với tiếng Việt, viết theo thứ tự là năm, tháng, ngày.

☑ **1월 2일은 무슨 요일인가요?** Ngày mồng 2 tháng 1 là thứ mấy?
il-uôl i-il-ưn mu-sưn iô-il-in-ga-iô

> **Tip** Khi hỏi về các từ chỉ thứ trong tuần, hỏi là '무슨 요일'. Từ 무슨 có nghĩa là 'nào, gì' và là đại từ nghi vấn đứng trước danh từ, còn từ 요일 có nghĩa là thứ trong tuần.

☑ **1월 2일은 화요일입니다.** Ngày mồng 2 tháng 1 là thứ ba.
il-uôl i-il-ưn hoa-iô-il-im-ni-đà

> **Tip** Các danh từ chỉ thứ trong tuần trong tiếng Hàn là như sau:

일요일	월요일	화요일	수요일	목요일	금요일	토요일
Chủ nhật	Thứ hai	Thứ ba	Thứ tư	Thứ năm	Thứ sáu	Thứ bảy

☑ **올해는 몇 년도인가요?** Năm nay là năm bao nhiêu/nào?
ôl-he-nưn miơt niơn-đô-in-ga-iô

☑ **올해는 2019년이에요.** Năm nay là năm 2019.
ôl-he-nưn i-chơn-sip-gu-niơn-i-ê-iô

☑ **나는 한국어를 2달 배웠어요.** Tôi đã học tiếng Hàn 2 tháng.
na-nưn han-guc-ơ-rưl đu-đal be-uôt-sơ-iô

> **Tip** Từ 배우다 và từ 공부하다 đều có nghĩa là 'học' nhưng từ 배우다 được dùng trong trường hợp khi học cái gì đó mới và từ 공부하다 được dùng khi nói về học tập và ôn tập về điều đó nhiều và sâu hơn.
> 두 달, 이 년 : Khi nói về số lượng 'tháng', cả số đếm Hán Hàn lẫn số đếm Thuần Hàn đều được dùng nhưng danh từ được gắn khác nhau.
> Số đếm Hán Hàn + 개월 : 삼 개월 / Số đếm Thuần Hàn + 달 : 세 달
> Còn khi nói về số lượng 'năm', số đếm Hán Hàn chỉ được dùng.
> Số đếm Hán Hàn + 년 : 이 년, 십 년

☑ **한국에 온 지 몇 년 됐어요?** Anh đến Hàn Quốc mấy năm rồi?
han-guc-ê ôn-ji miơt niơn đoet-sơ-iô

> **Tip** 온 지 몇 년 되다 : Động từ + ㄴ지 ~되다
> Cấu trúc này có nghĩa là "tính từ khi – (Động từ) đã được ~ (Số lượng thời gian)"
> 온 지 몇 년 되다 Đến đã được mấy năm   졸업한 지 2년이 되다 Tốt nghiệp đã được 2 năm
> Chú ý : Khi hỏi về số lượng năm và năm nào, trong tiếng Hàn đều hỏi bằng từ '몇 년' nếu hỏi là '몇 년 되다?' thì thường có nghĩa là được mấy năm rồi, còn '몇 년이다' thì thường là năm bao nhiêu. Tuy nhiên, phải xem xét ngữ cảnh để hiểu rõ hơn.

☑ **나는 한국에 온 지 2년 됐어요.** Tôi đến Hàn Quốc được 2 năm rồi.

na-nưn han-guc-ê ôn-ji i-niơn đoet-sơ-iô

> **Tip** Trong tiếng Hàn nói về số lượng năm và năm nào không có cấu trúc nào khác mà chỉ chỉ có cấu trúc là 'số từ + 년' nên phải phân biệt theo ngữ cảnh. Khi nói về số lượng năm thì có thể dùng với từ —동안 có nghĩa là 'trong' còn nói về năm nào thì cũng có thể nói là số từ + 년도.

☑ **생일이 몇 월 며칠인가요? / 생일이 언제인가요?**

seng-il-i miơt uôl miơ-chil-in-ga-iô / seng-il-i ơn-jê-in-ga-iô

Sinh nhật (của anh, chị em) là ngày mấy tháng mấy? / Sinh nhật của anh là khi nào?

☑ **내 생일은 3월 22일이에요.** Sinh nhật của tôi là ngày 22 tháng 3.

ne seng-il-ưn sam-uôl i-sip-i-il-i-ê-iô

☑ **어머니 생신은 몇 월 며칠인가요?**

ơ-mơ-ni seng-sin-ưn miơt uôl miơ-chil-in-ga-iô

Sinh nhật của mẹ/anh/chị/em là ngày mấy tháng mấy?

> **Tip** Từ 생신 là kính ngữ của từ 생일. Khi nói về sinh nhật của người lớn, người già thì phải nói là dùng từ '생신'.

☑ **어머니 생신은 음력으로 6월 20일입니다.**

ơ-mơ-ni seng-sin-ưn ưm-liơc-ư-rô iu-uôl i-sip-il-im-ni-đà

Sinh nhật của mẹ tôi là ngày 20 tháng 6 âm lịch.

> **Tip** Ở Hàn Quốc, người già từ trung niên thường lấy ngày sinh nhật theo âm lịch, còn giới trẻ lấy ngày sinh nhật theo dương lịch. Không đề cập là 'theo âm lịch' thì có nghĩa đó là dương lịch.

☑ **몇 년생이세요?** Anh/Chị sinh năm bao nhiêu?

miơt niơn-seng-i-se-iô

☑ **저는 1998년생입니다.** Tôi sinh năm 1998.

jơ-nưn chơn-gu-bec-gu-sip-pal-niơn-seng-im-ni-đà

> **Tip** Cách tính tuổi tác của người Hàn rất đặc biệt. Khi được sinh ra là đã được 1 tuổi rồi, nên khi nói tuổi thì tuổi của người Hàn thường nhiều hơn người Việt 1 tuổi. Cho nên hỏi người Hàn năm sinh thì sẽ chính xác hơn.

☑ **올해 나이가 몇인가요?** Năm nay, anh/chị bao nhiêu tuổi?

ôl-he na-i-ga miơ-tin-ga-iô

☑ **올해 21살입니다.** Năm nay tôi 21 tuổi.

ôl-he sư-mul-han-sal-im-ni-đà

> **Tip** Số từ + 살 và số từ + 세
> Có hai cách nói về tuổi trong tiếng Hàn là 'số đếm thuần Hàn + 살' và 'số đếm Hán Hàn + 세' vì từ '세'(tuế) là từ Hán Hàn có nghĩa là là 'tuổi'.
> *Ví dụ :* 스물한 살 = 이십일 세 21 tuổi
> 쉰다섯 살 = 오십오 세 55 tuổi

☑ 올해 아버지 연세가 어떻게 되시나요? Năm nay cha anh/chị bao nhiêu tuổi?
ôl-he a-bơ-ji iơn-sê-ga ơ-tớ-khê đuê-si-na-iô

> **Tip** Từ '연세' là dạng kính ngữ của từ '나이'. Khi nói về tuổi tác của người già, người lớn thì phải sử dụng từ '연세', còn nói về người cao tuổi thì từ '춘추' cũng hay được sử dụng. Thêm vào đó, khi sử dụng từ '연세' hoặc '춘추' thì không sử dụng từ '몇 살' mà sẽ hỏi là "연세/춘추가 어떻게 되십니까?".

☑ 아버지는 55세이십니다. Năm nay cha tôi 55 tuổi.
a-bơ-ji-nưn ô-sip-ô-sê-i-sim-ni-đà

☑ 지난 주말에 뭐 하셨나요? Cuối tuần vừa qua, anh đã làm gì đấy?
ji-nan ju-mal-ê mươ ha-siơt-na-iô

> **Tip** 지난 주말에 : Trong tiếng Hàn không có giới từ đứng trước thời gian như vào, lúc trong tiếng Việt chúng ta, chỉ có trợ từ –에' .
> Cấu trúc : Danh từ chỉ thời gian + 에
> *Ví dụ :* 1월에 Vào tháng 1   다다음주에 Vào tuần sau nữa

☑ 지난 주말에 산책을 하고 책을 읽었어요. Cuối tuần vừa qua, tôi đã đi dạo và đọc sách.
ji-nan ju-mal-ê san-chec-ưl ha-gô chec-ưl il-gơt-sơ-iô

> **Tip** 읽었어요 – 읽었다
> Động từ + 었다 cụm từ này được dùng để biểu thị thì quá khứ.

Từ vựng mới

내일 ne-il Ngày mai	음력으로 ưm-liơc-ư-rô Theo âm lịch, lịch âm
무슨 mu-sưn Gì, nào	생 seng Sinh, sinh ra
요일 iô-il Thứ trong tuần, ngày trong tuần	나이 na-i Tuổi tác
화요일 hoa-iô-il Thứ ba	~살 sal Tuổi
올해 ôl-he Năm nay	연세 iơn-sê Tuổi tác (Kính ngữ)
몇 년도 miơt niơn-đô Năm nào, năm bao nhiêu	어떻게 되다 ơ-tớ-khê đuê-đà Như thế nào
한국어 han-guc-ơ Tiếng Hàn	~세 sê Tuổi
2달 đu-đal 2 tháng	지난 주말 ji-nan ju-mal Cuối tuần trước
배우다 be-u-đà Học	산책하다 san-chec-ha-đà Đi dạo
생일 seng-il Sinh nhật	~하고 ha-gô Và
몇 월 miơt uôl Tháng mấy	책 chec Sách
언제 ơn-jê Bao giờ, khi nào	읽다 ic-tà Đọc
생신 seng-sin Sinh nhật (Kính ngữ)	

Bài luyện

note
- 오늘 : Hôm nay
- 언제 : Khi nào, bao giờ
- 여행 : Du lịch

1. Điền vào từ thích hợp vào chỗ trống.

a. 오늘이 (　　　)인가요?

　Hôm này là ngày mấy (bao nhiêu)?

b. (　　) 베트남 여행을 가시죠?

　Khi nào anh đi du lịch Việt Nam?

c. 저는 (　　　　　) 제주도에 갔다 왔어요.

　Tôi đã đi đảo Jeju vào thứ bảy tuần trước.

d. 하노이에서 (　　　), 호찌민에서 (　　　) 있을 예정이에요.

　Tôi định ở Hà Nội 2 ngày, còn ở TP.HCM 3 ngày.

2. Dịch sang tiếng Việt.

a. 오늘은 무슨 요일인가요?

b. 나는 한국어를 4달 배웠어요.

c. 친구의 생일은 몇 월 며칠이야?

d. 지난 주말에 명동에 놀러갔어요.

- 무슨 요일 : Thứ mấy
- 4달 : Bốn tháng
- 며칠 : Ngày mấy
- 주말 : Cuối tuần

3. Hãy chọn câu không đúng với ngữ pháp.

a. 오늘은 1월 1일이다.

b. 어제 나는 영화를 봤다.

c. 내일 Linh은 베트남에 갔었다.

d. 지금 민혁이는 산책하는 중이다.

1. a. 며칠　b. 언제　c. 지난주 토요일에　d. 이틀 3일　　2. a. Hôm nay là thứ mấy?　b. Tôi đã học tiếng Hàn 4 tháng.　c. Sinh nhật của bạn là ngày mấy tháng mấy?　d. Cuối tuần trước, tôi đã đi chơi ở Myeng-dong.　　3. (c)

Từ vựng

Các từ chỉ thời gian

1월 il-uôl	Tháng 1, tháng Giêng
2월 i-uôl	Tháng 2
3월 sam-uôl	Tháng 3
4월 sa-uôl	Tháng 4
5월 ô-uôl	Tháng 5
6월 iu-uôl	Tháng 6
7월 chil-uôl	Tháng 7
8월 pal-uôl	Tháng 8
9월 gu-uôl	Tháng 9
10월 si-uôl	Tháng 10
11월 sip-il-uôl	Tháng 11
12월 sip-i-uôl	Tháng 12, tháng Chạp

오늘 ô-nưl Hôm nay

내일 ne-il Ngày mai

모레 mô-rê Ngày kia

글피 gưl-pi Ngày kìa

어제 ơ-jê Hôm qua

그제/그저께 gư-jê/gư-jơ-kê Hôm kia

이번 주 i-bơn-ju Tuần này

지난 주 ji-nan-ju Tuần trước

다음 주 đa-ưm-ju Tuần sau

주말 ju-mal Cuối tuần

이번 주말 i-bơn ju-mal Cuối tuần này

지난 주말 ji-nan ju-mal Cuối tuần trước

다음 주말 đa-ưm ju-mal Cuối tuần sau

이번 달 i-bơn-đal Tháng này

다음 달 đa-ưm đal Tháng sau

지난 달 ji-nan đal Tháng trước

월/개월 uôl/ghe-uôl Tháng

초순 chô-sun Đầu tháng

중순 jung-sun Giữa tháng

월말 uôl-mal Cuối tháng

월초 uôl-chô Đầu tháng

올해/금년 ôl-he/gưm-niơn Năm nay

작년 jac-niơn Năm ngoái, Năm trước

내년/다음 해 ne-niơn/đa-ưm-he

  Sang năm, năm sau

내후년 ne-hu-niơn Năm sau nữa

연초 iơn-chô Đầu năm

연말 iơn-mal Cuối năm

시간 si-gan Thời gian

일 il Ngày

주 ju Tuần

월/달 uôl/đal Tháng

년/해 niơn/he Năm

Những ngày nghỉ lễ trong năm của Hàn Quốc

1. 구정 Tết âm lịch (hay còn gọi là Seol-lal, được tính vào ngày mùng 1-3 tháng Giêng Âm lịch)

Seol-lal là một trong hai kỳ lễ Tết lớn đối với người Hàn Quốc. Trong những ngày này, các gia đình thường quay về ngôi nhà chung nơi có ông/bà hoặc cha/mẹ đang sinh sống để cùng họp mặt, hỏi thăm, vui đùa hay nghỉ ngơi sau một năm bận rộn, vất vả với cuộc sống mưu sinh bên ngoài. Do đó, trong những ngày này mật độ giao thông trên đường tăng cao đột biến dẫn đến tình trạng kẹt xe nghiêm trọng. Đặc biệt là trên các tuyến đường cao tốc dẫn từ thành phố đến các vùng nông thôn lân cận. Mọi dịch vụ tàu, xe, máy bay đều trong tình trạng quá tải trên diện rộng. Vào những ngày này, người Hàn Quốc thường ăn canh bánh gạo (tteokuk) với ý nghĩa đã bước sang một năm mới, thêm một tuổi. Sau bữa ăn, các thành viên trong gia đình thường tụ tập trong phòng khách và cùng chơi trò chơi yutnori (3 thanh gỗ có khắc các nốt tính điểm). Gần giống trò chơi xúc xắc của Việt Nam.

2. 추석 Tết Trung thu (Ngày 13-15 Tháng 8 Âm lịch)

Khác với Việt Nam, Trung thu đối với người Hàn Quốc quan trọng không thua kém gì Tết âm lịch (hay Tết Nguyên Đán của người Việt) bởi vì đây là thời điểm vụ mùa được thu hoạch, mọi hoạt động được nghỉ ngơi, ăn mừng trong xã hội phong kiến với hoạt động kinh tế chính là nông nghiệp. Kế tục tinh thần giữ gìn truyền thống văn hóa bản địa, người Hàn Quốc vẫn xem Trung thu là một kỳ nghỉ lớn kéo dài 3 ngày liên tiếp và mọi gia đình sẽ quây quần ăn uống, vui vẻ bên nhau. Ngoài ra, người Hàn Quốc thường đi tảo mộ trong những ngày này thay vì vào ngày Tết âm lịch như người Việt Nam. Đây là điểm khác biệt rõ nét giữa 2 nền văn hóa Hàn-Việt trong việc sử dụng lịch âm lịch.

07 날씨와 계절
Thời tiết và mùa

Hội thoại

빛나 : 요즘 날씨가 너무 좋아요!
iô-jừm nal-si-ga nơ-mu jô-a-iô

또안 : 맞아요, 한국의 가을은 정말 아름답네요.
ma-ja-iô   han-guc-ưi ga-ưl-ưn jơng-mal a-rưm-đap-nê-iô

저는 사계절 중에 가을이 제일 좋아요.
jơ-nưn sa-ghiê-jơl jung-ê ga-ưl-i jê-il jô-a-iô

빛나 : 저는 꽃 피는 봄이 제일 좋아요.
jơ-nưn cốt pi-nưn bô-mi jê-il jô-a-iô

그런데, 베트남의 여름은 많이 덥나요?
gư-rơn-đê bê-thư-nam-ưi iơ-rư-mưn ma-ni đớp-na-iô

또안 : 네, 베트남의 여름은 덥고 습해요. 비가 많이 와요.
nê bê-thư-nam-ưi iơ-rư-mưn đớp-gô sư-phe-iô   bi-ga ma-ni oa-iô

빛나 : 그러면 어느 계절이 여행 가기 제일 좋은가요?
gư-rơ-miơn ơ-nư ghiê-jơ-li iơ-heng ga-ghi jê-il jô-ưn-ga-iô

또안 : 제 생각에는 겨울 12월이 여행하기 좋은 것 같아요.
jê seng-gac-ê-nưn ghiơ-ul sip-i-uôl-i iơ-heng-ha-ghi jô-ưn gơt ga-tha-iô

Bản dịch

Bit-na : Dạo này, thời tiết đẹp quá!

Toàn : Ừ, Mùa thu ở Hàn Quốc thật đẹp. Tôi thích mùa thu nhất trong bốn mùa.

Bit-na : Tôi thì thích mùa xuân mà hoa nở nhất. Nhưng mùa hè ở Việt Nam có nóng lắm không?

Toàn : Vâng, mùa hè ở Việt Nam nóng và ẩm. Trời mưa nhiều.

Bit-na : Thế thì mùa nào tốt nhất để đi du lịch?

Toàn : Tôi thấy, tháng 12, mùa đông là tốt nhất để du lịch.

Chú thích hội thoại

1. 저는 사계절 중에 가을이 제일 좋아요. Tôi thích mùa thu nhất trong bốn mùa.

Chúng ta hãy xem xét các dạng so sánh trong tiếng Hàn nhé. Trong tiếng Hàn có 3 dạng so sánh là : so sánh ngang bằng và so sánh hơn và so sánh nhất.

1) So sánh ngang bằng : −만큼

Trợ từ bổ trợ −만큼, thường được dùng để gắn vào sau danh từ thể hiện ý so sánh bằng.

Ví dụ : 오늘은 어제만큼 춥다. Hôm nay lạnh bằng hôm qua.

2) So sánh hơn : −보다

Trợ từ so sánh '−보다' 'hơn so với' được gắn sau danh từ thứ hai sau chủ ngữ để so sánh danh từ đó với chủ ngữ. Trợ từ này thường đi kèm với từ '−더' 'hơn'.

Ví dụ : 오늘은 어제보다 더 춥다. Hôm nay lạnh hơn so với hôm qua.

3) So sánh nhất : 제일/가장

Đây là trạng từ so sánh nhất, '가장/제일' thường đứng trước tính từ, định từ, định ngữ hoặc trạng từ khác. Trạng từ so sánh này thường đi với '중/중에서/에서' (Trong, trong số, ở)

Ví dụ : 오늘이 일주일 중에서 제일 춥다. Hôm nay lạnh nhất trong 1 tuần.

2. 제 생각에는 겨울 12월이 여행하기 좋은 것 같아요.

Tôi thấy, tháng 12, mùa đông là tốt nhất để du lịch.

Khi nói về ý tưởng, ý kiến của mình, thường dùng cụm từ '제/내 생각에는', '제/내가 보기에는' ở đầu câu. Cụm từ này có nghĩa là 'Tôi nghĩ là, Tôi thấy là, Theo tôi' và khi bắt đầu câu bằng những cụm từ này thì thường kết thúc câu ở dạng ' − ㄴ 것 같다' (có lẽ) để thể hiện cách nói nhẹ nhàng và mềm mại. Vì người Hàn Quốc không muốn đưa ra ý kiến của bản thân quá mạnh, quá cứng nhắc.

Từ vựng mới

날씨 nal-si Thời tiết, trời
좋다 jô-tha (Tính từ) Tốt, tốt đẹp
가을 ga-ưl Mùa thu
정말 jơng-mal Thật, thật là
아름답다 a-rưm-đap-tà Đẹp
사계절 sa-ghiê-jơl Bốn mùa
제일 jê-il Nhất
좋아하다 jô-a-ha-đà (Động từ) Thích

여름 iơ-rưm Mùa hạ, mùa hè
덥다 đơp-tà Nóng
많이 ma-ni Nhiều, rất
습하다 sưp-ha-đà Ẩm thấp, ẩm
비가 오다 bi-ga ô-đà Có mưa
여행가다 iơ-heng-ga-đà Đi du lịch
생각 seng-gac Nghĩ
겨울 ghiơ-ul Mùa đông

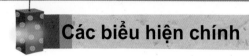

Các biểu hiện chính

☑ **오늘 날씨가 어때요?** Hôm nay thời tiết như thế nào?
ô-nưl nal-si-ga ơ-te-iô

☑ **오늘 날씨는 맑고 따뜻해요.** Hôm nay trời trong xanh và ấm.
ô-nưl nal-si-nưn mal-cô ta-tứ-the-iô

☑ **서울 날씨는 흐리네요.** Thời tiết Seoul hơi âm u.
sơ-ul nal-si-nưn hư-ri-nê-iô

> **Tip** –네(요) : Cấu trúc này là đuôi từ kết thúc câu cảm thán, diễn tả sự ngạc nhiên, bất ngờ.
> *Ví dụ :* 오늘 너무 춥네요. Hôm nay trời lạnh quá.
> 시험이 너무 어렵네. Bài kiểm tra khó quá.

☑ **곧 비가 올 것 같아요.** Có lẽ trời sắp mưa.
gốt bi-ga ôl gợt ga-tha-iô

> **Tip** –올 것 같아요 : Cấu trúc –(으)ㄹ 것 같다 kết hợp với động từ, tính từ để thể hiện suy đoán chủ quan của người nói hoặc giả định về tương lai, có nghĩa là 'có lẽ' hoặc 'chắc là'. Còn có thể sử dùng với từ '아마' hoặc '아마도' ở đầu câu.
> *Ví dụ :* 내일 날씨가 추울 것 같아요. Chắc là ngày mai trời sẽ lạnh.
> 아마도 이번 주말에 단풍이 들 거 같다. Có lẽ cuối tuần này lá sẽ đổi màu.

☑ **맞아요. 일기예보에서 비가 많이 온다고 했어요.**
ma-ja-iô il-ghi-iê-bô-ê-sơ bi-ga ma-ni ôn-đa-gô het-sơ-iô

Đúng rồi. Dự báo thời tiết đã nói rằng trời sẽ mưa nhiều.

> **Tip** 온다고 했어요 : Động từ + –ㄴ/는다고 하다 là đuôi kết thúc dạng gián tiếp của thời hiện tại, dùng với câu khẳng định. Người nói muốn nhắc lại thông tin mà người nói đã biết, nói, nghe thấy vì người khác cho biết. Có nghĩa là "(Người nói) nghe nói rằng...." hoặc " (Ai đó) đã nói rằng...."
> *Ví dụ :* 그가 내일 온다고 했다. Anh ấy đã nói rằng sẽ đến ngày mai.
> hoặc Tôi đã nghe nói rằng anh ấy sẽ đến ngày mai.
> –ㄴ/는다고 하네요 hoặc –ㄴ/는다고 하는대요, ㄴ/는대요 là dạng trong văn nói và được dùng nhiều hơn trong cuộc sống hàng ngày.

☑ **오늘 날씨가 정말 덥네요.** Hôm nay trời nóng quá nhỉ.
ô-nưl nal-si-ga jơng-mal đớp-nê-iô

☑ **오늘 38도까지 올라간대요.** Nghe nói hôm nay nhiệt độ lên đến 38 độ C.
ô-nưl sam-sip-pal-đô-ca-ji ôl-la-gan-đe-iô

> **Tip** Cụm từ 올라간대요 là dạng rút gọn của cụm từ 올라간다고 하는대요.
> Số từ + (Từ chỉ đơn vị) + 까지(나) : Cấu trúc này có 2 nghĩa, nghĩa thứ nhất nói về 'đến + số từ + (Từ chỉ đơn vị)' còn nghĩa thứ hai được dùng để nhấn mạnh việc số đó là nhiều, mức độ mạnh, khó v.v... Trường hợp này thêm từ '–나' vào sau từ '까지'.
> *Ví dụ :* 13일까지 Đến ngày 13.
> 가격이 100만 원까지나 된다. Giá cả đến 1 triệu uôn.

☑ **내일부터 추워진다고 하네요.** Nghe nói từ ngày mai trời trở nên lạnh.
ne-il-bu-thơ chu-uô-jin-đa-gô ha-nê-iô

☑ **이번 주에 눈이 많이 온다고 해요.** Nghe nói tuần này, tuyết sẽ rơi nhiều.
i-bơn ju-ê nu-ni ma-ni ôn-đa-gô he-iô

☑ **비가 와서 시원하네요.** Trời mưa nên thời tiết mát mẻ quá.
bi-ga oa-sơ si-uôn-ha-nê-iô

> **Tip** 비가 와서 : Cấu trúc động từ, tính từ + 아(어/여)서 chỉ sự kết nối của động từ hoặc tính từ, trình bày một nguyên nhân nào đó của phía sau hoặc một điều kiện. Có nghĩa là do, vì, vì ....cho nên, là ... nên.
> −아서 : Dùng khi các động từ, tính từ có âm cuối kết thúc là nguyên âm "아, 오".
> −어서 : Dùng khi các động từ, tính từ có âm cuối kết thúc là nguyên âm "어, 우, 으, 이".
> −여서 : Dùng khi các động từ, tính từ kết thúc là "하다"
> *Ví dụ :* 늦어서 택시를 탔어요. Vì muộn nên đã đi tắc xi.　　배고파서 깼어요. Vì đói bụng nên đã tỉnh ngủ.

☑ **오늘 바람이 많이 불어요.** Hôm nay gió thổi mạnh.
ô-nưl ba-ra-mi ma-ni bu-lơ-iô

☑ **오늘은 봄바람이 불어서 따뜻해요.** Hôm nay có gió mùa Xuân nên ấm.
ô-nư-lưn bôm-ba-ra-mi bu-lơ-sơ ta-tứ-the-iô

☑ **날씨가 너무 나쁘네요.** Thời tiết xấu quá.
nal-si-ga nơ-mu na-bbư-nê-iô

☑ **내일 태풍이 온대요. 조심하세요.**
ne-il the-pung-i ôn-đe-iô　jô-sim-ha-sê-iô

Tôi nghe nói là ngày mai có bão. Hãy cẩn thận nhé.

> **Tip** 조심하세요 : '−으세요/−세요' là đuôi từ kết thúc câu dạng mệnh lệnh, có nghĩa là "hãy + động từ". Động từ không có patchim thì đi với '−세요', còn có patchim thì đi với '−으세요.'
> *Ví dụ :* 앉으세요. Hãy ngồi xuống.　　　　　오세요. Hãy đến.

☑ **내일 전국이 흐리고 비가 오겠습니다.** Ngày mai cả nước trời có mây và mưa.
ne-il jơn-gu-ghi hư-ri-gô bi-ga ô-ghet-sưm-ni-đà

> **Tip** 비가 오겠습니다 : Cấu trúc động từ, tính từ + 겠다/겠습니다/겠어 được dùng để biểu thị thì tương lai hoặc ý định, dự đoán.
> *Ví dụ :* 내일 가겠습니다. Ngày mai em sẽ đi. (Thì tương lai)
> 열심히 공부하겠습니다. Em sẽ học chăm chỉ ạ. (Ý định)
> 날씨가 춥겠습니다. Trời sẽ lạnh. (Dự đoán)

☑ **천둥 번개가 치는 곳이 있겠습니다.** Có nơi có sấm sét.
chơn-đung bơn-ghe-ga chi-nưn gô-si it-ghet-sưm-ni-đà

☑ 아침 최저 기온은 13~15도입니다.
a-chim chôi-jơ ghi-ôn-ưn sip-sam đô-ê-sơ sip-ô-đô-im-ni-đà

Nhiệt độ thấp nhất vào buổi sáng là từ 13 đến 15 độ C.

> **Tip** Từ này có nghĩa là thấp nhất còn từ '최고 cao nhất' là từ trái nghĩa với từ 최저. Ngoài ra còn có những từ khác nữa như: '최대 tối đa', '최소 tối thiểu'.

☑ 한국은 뚜렷한 사계절을 가지고 있습니다. Hàn Quốc có 4 mùa rõ rệt.
han-gu-gưn tu-riơ-than sa-ghiê-jơl-ưl ga-ji-gô it-sưm-ni-đà

☑ 봄에는 날씨가 따뜻하고 햇살이 아름답습니다. Vào mùa Xuân, trời ấm và nắng đẹp.
bô-mê-nưn nal-si-ga ta-tứ-tha-gô het-sa-li a-rưm-đap-sưm-ni-đà

☑ 여름에는 덥고 비가 많이 내립니다. Vào mùa hè, trời nóng và có nhiều mưa.
iơ-rư-mê-nưn đợp-gô bi-ga ma-ni ne-rim-ni-đà

☑ 올해 장마는 7월 중순부터 시작합니다. Năm nay mùa mưa bắt đầu từ giữa tháng 7.
ôl-he jang-ma-nưn chil-uôl jung-sun-bu-thơ si-ja-kham-ni-đà

> **Tip** Từ 장마 có nghĩa là thời gian mưa kéo dài trong thời gian dài vào mùa hè, thường thì bắt đầu từ giữa tháng 7 đến cuối tháng 7 hoặc đầu tháng 8.

☑ 가을 날씨가 선선하고 너무 좋습니다. Trời mùa thu mát mẻ và rất đẹp.
ga-ưl nal-si-ga sơn-sơn-ha-gô nơ-mu jôt-sưm-ni-đà

☑ 가을에 단풍 풍경이 무척 아름답습니다.
ga-ưl-ê đan-phung phung-ghiơng-i mu-chơc a-rưm-đap-sưm-ni-đà

Vào mùa thu, phong cảnh lá phong/lá vàng/lá đỏ thật đẹp.

Từ vựng mới

맑다 mac-tà Trong lành, trong xanh		태풍이 오다 the-pung-i ôn-đà Có bão	
따듯하다 ta-đứ-tha-đà Ấm, ấm áp		조심하다 jô-sim-ha-đà Cẩn thận	
흐리다 hư-ri-đà U ám, nhiều mây		전국 jơn-guc Cả nước	
곧 gôt Sắp		천둥이 치다 chơn-đung-i chi-đà Có sấm	
도 đô Độ		번개가 치다 bơn-ghe-ga chi-đà Có sét	
~까지 ca-ji Đến		최저 chuê-jơ Thấp nhất	
올라간다 ôl-la-gan-đa Lên		기온 ghi-ôn Nhiệt độ	
~해진다 he-jin-đà Trở nên		뚜렷하다 tu-riơ-tha-đà Rõ rệt	
시원하다 si-uôn-ha-đà Mát		가지고 있다 ga-ji-gô it-tà Có	
바람 ba-ram Gió		장마 jang-ma Mưa dầm, mùa mưa	
(바람이) 불다 bul-đà Có gió, gió thổi		중순 jung-sun Giữa tháng	
봄바람 bôm-ba-ram Gió xuân		선선하다 sơn-sơn-ha-đà Mát mẻ	
너무 nơ-mu Rất, quá, lắm		단풍 đan-phung Lá đỏ, lá phong	
나쁘다 na-bbư-đà Xấu		풍경 phung-ghiơng Phong cảnh	

Bài luyện

note

· 날씨 : Thời tiết, trời
· 가을 : Mùa thu
· 꽃이 피다 : Nở hoa

1. **Điền vào từ thích hợp vào chỗ trống.**

a. 요즘 (　　　　) 너무 좋아요! Dạo này, trời đẹp quá!

b. (　　　　)은 정말 아름답네요. Mùa thu ở Hàn Quốc thật đẹp.

c. 저는 꽃 피는 봄이 (　　　) 좋아요.

Tôi thì thích mùa xuân mà hoa nở nhất.

d. 베트남의 (　　　　)은 많이 덥나요?

Mùa hè ở Việt Nam có nóng lắm không?

· ~보다 : Hơn
· 비가 오다 : Trời mưa
· 일기예보 : Dự báo thời tiết
· 풍경 : Phong cảnh

2. **Dịch sang tiếng Việt.**

a. 오늘 날씨는 어제보다 추워요.

b. 내일 비가 올 것 같아요.

c. 일기예보에서 이번 겨울에 눈이 많이 온다고 했어요.

d. 눈이 와서 풍경이 아름답네요.

3. **Hãy chọn câu sự liên kết giữa tiếng Hàn và tiếng Việt không đúng.**

a. 따듯하다 – Ấm áp

b. 선선하다 – Hiền hoà

c. 햇살이 아름답다 – Nắng đẹp

d. 날씨가 나쁘다 – Trời xấu.

1. a. 날씨가   b. 한국의 가을   c. 제일   d. 여름   2. a. Trời hôm nay lạnh hơn hôm qua.   b. Có lẽ ngày mai có mưa.   c. Theo dự báo thời tiết, mùa đông năm nay sẽ có nhiều tuyết.   d. Có tuyết nên phong cảnh đẹp.   3. (b)

Từ vựng

Các từ liên quan đến thời tiết và mùa

해 Mặt trời
he

달 Mặt trăng
đal

별 Sao
biơl

구름 Mây
gu-rưm

비 Mưa
bi

번개 Sét
bơn-ghe

바람 Gió
ba-ram

눈 Tuyết
nun

날씨 nal-si Thời tiết

기후 ghi-hu Khí hậu

계절 ghiê-jơl Mùa

기온/온도 ghi-ôn / ôn-đô Nhiệt độ

하늘 ha-nưl Bầu trời

햇빛/햇볕 het-bit / het-biơt Ánh nắng

태풍 the-pung Bão

폭풍 pôc-pung Gió bão

봄비 bôm-bi Mưa xuân

이슬비 i-sưl-bi Mưa phùn

소나기 sô-na-ghi Mưa rào

폭우 pô-gu Mưa to

우박 u-bac Mưa đá

천둥 chơn-đung Sấm

서리 sơ-ri Sương giá

안개 an-ghe Sương mù

이슬 i-sưl Sương

덥다 đơp-tà Nóng

춥다 chup-tà Lạnh

따듯하다 ta-đư-tha-đà Ấm

시원하다 si-uôn-ha-đà Mát

선선하다 sơn-sơn-ha-đà Mát mẻ

서늘하다 sơ-nưl-ha-đà Mát mẻ

온화하다 ôn-hoa-ha-đà Ôn hoà

쾌적하다 khoe-jơ-kha-đà Dễ chịu

쌀쌀하다 sal-sal-ha-đà Se lạnh

무덥다 mu-đơp-tà Nóng oi bức

흐리다 hư-ri-đà U ám

맑다 mac-tà Trong lành

더위 đơ-ui Cái nóng

추위 chu-ui Cái lạnh

일기예보 il-ghi-iê-bô Dự báo thời tiết

Thời tiết Hàn Quốc

Khí hậu Hàn Quốc chịu ảnh hưởng của khí hậu ôn đới, có 4 mùa rõ rệt. Nhìn chung khí hậu Hàn Quốc khá ôn hòa, mùa hè cũng không nóng lắm(khoảng 25-26 độ C), mùa đông nhiệt độ có khi xuống tới âm 20 độ C và có tuyết rơi, đặc biệt ở các vùng núi. Các mùa ở đây khá giống với Việt Nam. Khi đi du lịch Hàn Quốc bạn cũng có thể yên tâm vì ở đây rất ít khi xảy ra động đất.

Đi du lịch Hàn Quốc vào các thời điểm khác nhau trong năm, du khách cũng sẽ có được những cảm nhận rõ rệt về các mùa và chắc hẳn sẽ không bị thất vọng.

Thời tiết khí hậu mùa xuân Hàn Quốc vào tháng 3, tháng 4 bạn vẫn có thể cảm nhận cái giá rét chưa qua của mùa Đông, nhưng cũng sẽ có những ngày khô ráo, man mát của mùa Xuân đang tới. Vào thời điểm này, đến với Hàn Quốc không chỉ được tận hưởng khí hậu dễ chịu mà không khí mùa xuân cũng ngập tràn với các loại hoa Xuân đua nhau nở. Trong đó hoa anh đào, hoa trà, hoa cải vàng... là các loài hoa được yêu thích nhất. Thời tiết mùa Xuân Hàn Quốc vào cuối tháng 3 cũng là thời điểm hoa anh đào nở rộ. Và cũng từ đây nhiều lễ hội hoa được tổ chức báo hiệu mùa Xuân về.

Vào tháng 5, thay vì bị bao phủ bởi tuyết trắng, nhiều dãy núi được tô điểm bởi màu hồng đậm của hoa đỗ quyên nở rộ.

Tháng 6, tháng 7, tháng 8 là thời điểm bắt đầu của mùa mưa, và hầu hết người dân ở đây thường nghỉ ngơi cho tới giữa tháng 7 hoặc đầu tháng 8.

Tháng 8 là tháng cao điểm của mùa hè, đây cũng là thời điểm nóng nhất trong năm ở Hàn Quốc, với nhiệt độ trung bình là từ 25 độ C đến 30 độ C.

Nếu đến Hàn Quốc vào những tháng mùa hè, bạn nên tận hưởng làn nước trong xanh với bãi cát dài rộng của bờ biển nơi đây. Nổi tiếng nhất và đẹp nhất là những bãi biển phía Đông của Hàn Quốc như: bãi biển ở Busan, bãi biển ở Ulsan, bãi biển ở Kangwon do...

Bài 08

취미
Sở thích

Hội thoại

준호 : **타오 씨! 운동 좋아하세요?**
Tha-o si   un-đông jô-a-ha-sê-iô

타오 : **네, 저는 탁구와 수영을 좋아해요.**
nê jơ-nưn thac-ku-oa su-iơng-ưl jô-a-he-iô

준호 씨는 어떤 스포츠를 제일 좋아하세요?
ju-nô si-nưn ơ-tơn sư-pô-chư-rưl jê-il jô-a-ha-sê-iô

준호 : **제 취미는 축구예요. 축구하는 것과 보는 것 둘 다 좋아해요.**
jê chui-mi-nưn chuc-ku-iê-iô   chuc-ku-ha-nưn gơt-koa bô-nưn-gơt đul-đa jô-a-he-iô

주말에 자주 친구들과 축구를 해요.
ju-ma-lê ja-ju chin-gu-đưl-goa chuc-ku-rưl he-iô

타오 : **그렇군요. 저는 사진 찍는 것도 좋아해서 주말마다 사진**
gư-rớ-khun-iô   jơ-nưn sa-jin jjic-nưn gơt-tô jô-a-he-sơ ju-mal-ma-đa sa-jin

찍으러 가요.
jji-gư-rơ ga-iô

준호 : **주로 어디로 사진 찍으러 가세요?**
ju-rô ơ-đi-rô sa-jin jji-gư-lơ ga-sê-iô

타오 : **저는 풍경사진 찍는 것을 좋아해서 산이나 바다로 가요.**
jơ-nưn phung-ghiơng-sa-jin jjic-nưn gơ-sưl jô-a-he-sơ sa-ni-na ba-đa-rô ga-iô

Bản dịch

Jun-ho : Chị Thảo ơi, chị có thích chơi thể thao không?

Thảo :   Vâng, tôi thích bóng bàn và bơi. Còn anh Jun-ho thích môn thể thao nào?

Jun-ho : Sở thích của tôi là bóng đá. Tôi thích cả xem bóng đá và chơi bóng đá.

Cuối tuần, tôi hay chơi bóng đá với bạn.

Thảo :   Vậy à. Tôi còn thích chụp ảnh nữa, thế nên cuối tuần nào tôi cũng đi chụp.

Jun-ho : Chị thường đi chụp ảnh ở đâu ?

Thảo :   Tôi thích chụp ảnh phong cảnh nên thường đi núi hoặc biển.

Chú thích hội thoại

1. 제 취미가 축구예요. Sở thích của tôi là bóng đá.

Khi nói về sở thích, người ta thường nói là "저의 취미는 ~입니다. Sở thích của tôi là ~" hoặc là "나는 ~하는 것을 좋아해요Tôi thích làm gì đó", "~하는 게 제 취미예요. Làm gì đó là sở thích của tôi".

Ví dụ : 저의 취미는 영화 보기예요. Sở thích của tôi là xem phim.

나는 낚시하는 것을 좋아해요. Tôi thích câu cá.

2. 저는 사진 찍는 것도 좋아해서 주말마다 사진 찍으러 가요.

Tôi còn thích chụp ảnh nữa thế nên cuối tuần nào tôi cũng đi chụp ảnh.

Cấu trúc động từ, tính từ + 아(어/여)서 chỉ sự kết nối của động từ hoặc tính từ, trình bày một nguyên nhân nào đó của vế sau hoặc một điều kiện. Có nghĩa là do, vì, vì ....cho nên, là ... nên.

1) −아서 : Dùng khi các động từ, tính từ có âm cuối kết thúc là nguyên âm "아, 오"

2) −어서 : Dùng khi các động từ, tính từ có âm đuôi kết thúc là nguyên âm "어, 우, 으, 이"

3) −여서 : Dùng khi các động từ, tính từ kết thúc là "하다"

Ví dụ : 배고파서 깼어요. Vì đói bụng nên tỉnh ngủ.

늦어서 택시를 탔어요. Vì muộn nên đi tắc xi.

열심히 공부해서 시험에 합격했어요. Vì chăm học nên đã thi đỗ.

Còn từ 마다 là trợ từ bổ trợ, đứng sau danh từ, có nghĩa là không bỏ sót một thứ nào mà gồm tất cả, gần giống với cấu trúc "Mỗi + danh từ + đều...."

Ví dụ : 사람마다 의견이 다르다. Mỗi người đều có ý kiến riêng.

 Từ vựng mới

운동 un-đông Thể thao
탁구 thac-ku Bóng bàn
수영 su-iơng Bơi
어떤 ơ-tơn Nào, gì
스포츠 sư-pô-chư Thể thao
취미 chui-mi Sở thích
축구하다 chuc-ku-ha-đà Chơi bóng đá
주말 ju-mal Cuối tuần
자주 ja-ju Thường, hay
사진 찍다 sa-jin jjic-tà Chụp ảnh

~마다 ma-đa Mỗi + danh từ + đều, danh từ + nào ... cũng
~하러 간다 ha-rơ gan-đà Đi làm một việc gì đó, đi + động từ
주로 ju-rô Thường
어디 ơ-đi Đâu
풍경사진 phung-ghiơng-sa-jin Ảnh phong cảnh
산 san Núi
~이나 i-na Hoặc, hay
바다 ba-đa Biển

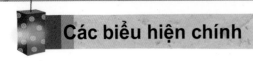
☐ **한가할 때 저는 주로 책을 읽어요.** Khi rảnh, tôi thường đọc sách.
han-ga-hal te jơ-nưn ju-rô che-gưl il-gơ-iô

> **Tip** 한가할 때 : Đuôi từ '-(으)ㄹ 때' có nghĩa là "khi...", được sử dụng để biểu thị thời gian khi cái gì đó được để hay tồn tại, khi làm gì đó.... "-을 때" dùng với động từ/tính từ có patchim còn -ㄹ 때 dùng với động từ/tính từ không có patchim.
> *Ví dụ :* 놀러 갈 때 Khi đi chơi   날씨가 좋을 때 Khi trời đẹp

☐ **저는 소설과 시를 좋아해요.** Tôi thích tiểu thuyết và thơ.
jơ-nưn sô-sơl-goa si-rưl jô-a-he-iô

☐ **제 취미는 등산이에요.** Sở thích của tôi là leo núi.
jê chui-mi-nưn đưng-san-i-ê-iô

☐ **등산하면 운동도 되고 스트레스가 풀려요.**
đưng-san-ha-miơn un-đông-đô đuê-gô sư-thư-rê-sư-ga pul-liơ-iô
Leo núi thì có thể tập thể dục và giải toả căng thẳng.

☐ **한 달에 두 번은 등산하러 가요.** Một tháng 2 lần, tôi đi leo núi.
han đa-lê đu bơn-ưn đưng-san-ha-rơ ga-iô

> **Tip** Khi nói về tần suất của một hành động nào đó một cách cụ thể, 'thời gian 에 mấy 번' được dùng, có nghĩa là 'mấy lần trong thời gian'. Còn cụm từ này có thể trở thành chủ ngữ giả đứng đầu câu để nhấn mạnh.
> *Ví dụ :* 나는 삼 개월에 한 번 베트남에 가요.   Tôi sang Việt Nam 3 tháng một lần.

☐ **저는 영화 보는 게 좋아요.** Tôi thích xem phim.
jơ-nưn iơng-hoa bô-nưn ghê jô-a-iô

> **Tip** Cấu trúc -는 게 좋다 có nghĩa là 'thích làm gì đó' và là dạng rút gọn của cấu trúc '-는 것이 좋다.'

☐ **주말에 자주 영화관에 가요.** Cuối tuần tôi thường đi rạp chiếu phim.
ju-ma-lê ja-ju iơng-hoa-goan-ê ga-iô

> **Tip** Từ 자주 là phó từ chỉ tần suất, có nghĩa tương đương với 'thường, hay, thường xuyên...", những từ đồng nghĩa với từ này có '주로, 보통'.

☐ **코미디 영화와 액션 영화를 즐겨 봐요.** Tôi hay xem phim hài và phim hành động.
khô-mi-đi iơng-hoa-oa ec-siơn iơng-hoa-rưl jưl-ghiơ boa-iô

> **Tip** 즐겨 보다 : Cấu trúc 즐겨 + động từ có nghĩa là thích và hay làm một hành động nào đó.
> *Ví dụ :* 즐겨 듣다.   Thích và hay nghe.

☐ **저는 산책하는 게 좋아요.** Tôi thích đi dạo.
jơ-nưn san-che-kha-nưn ghê jô-a-iô

☐ **산책하면서 노래를 들으면 기분이 좋아져요.**
san-che-kha-miơn-sơ nô-re-rưl đư-rư-miơn ghi-bun-i jô-a-jiơ-iô
Vừa đi dạo vừa nghe nhạc thì tâm trạng trở nên vui vẻ.

Tip 산책하면서 노래를 듣다 : Cấu trúc 'động từ 하면서 động từ 하다' được sử dụng để biểu thị hai hành động xảy ra cùng một lúc, tương đương với cấu trúc 'vừa - vừa-' trong tiếng Việt.
Ví dụ : 나는 밥 먹으면서 TV를 본다. Tôi vừa ăn cơm vừa xem tivi.

☑ 저는 아무것도 안 하고 집에서 있는 게 좋아요.

jơ-nưn a-mu-gớt-tô an ha-gô ji-bê-sơ it-nưn ghê jô-a-iô

Tôi thì chỉ thích ở nhà và không làm việc gì.

Tip 아무것도 : Cấu trúc 아무+ danh từ được dùng chỉ tất cả mọi thứ mà không xác định gì, từ 아무 có nghĩa là 'nào, gì', còn từ 도 có nghĩa là 'cũng', vì thế cấu trúc này biểu thị 'cái gì cũng-'. Tuy nhiên chúng ta cần chú ý là cấu trúc '아무+ danh từ + 도' phải kết hợp với phủ định ở phía sau.
Ví dụ : 나는 아무것도 안 먹었다. Tôi chẳng ăn gì cả.

☑ 사람들이 '집순이'라고 불러요. Người ta gọi (tôi) là 'Trạch nữ'.

sa-ram-đư-ri jip-su-ni-ra-gô bul-lơ-iô

Tip Từ 집순이 là từ chỉ những người con gái chỉ thích ở nhà, không thích đi ra ngoài. Từ 집 là 'nhà' còn từ 순이 là một tên phổ biến của con gái Hàn Quốc ngày xưa nên nó có nghĩa là chỉ con gái nói chung.

☑ 저는 드라마 보는 것이 취미예요. Tôi thì sở thích là xem phim truyền hình.

jơ-nưn đư-ra-ma bô-nưn gơ-si chui-mi-iê-iô

☑ 쉬는 날 집에서 드라마를 보고 푹 쉬어요.

sui-nưn nal ji-bê-sơ đư-ra-ma-rưl bô-gô puc sui-ơ-iô

Ngày nghỉ, tôi ở nhà xem phim truyền hình và nghỉ ngơi.

☑ 저는 탁구 하는 것을 좋아해요. Tôi thích chơi bóng bàn.

jơ-nưn thac-ku ha-nưn gơ-sưl jô-a-he-iô

Tip Cấu trúc '-는 것' được dùng để chuyển một động từ hành động sang dạng danh từ. cấu trúc '-는 거' cũng có giống y hệt với cấu trúc '-는 것' nhưng được dùng nhiều hơn trong văn nói, trừ những tình huống cực kỳ trang trọng.

☑ 집 앞에 탁구장이 있어서 자주 가요.

jip a-pê thac-ku-jang-i it-sơ-sơ ja-ju ga-iô

Trước nhà có sân bóng bàn nên thường xuyên đến đó.

Tip 집 앞에 : Từ 앞 là từ chỉ vị trí có nghĩa là 'trước', nó đứng sau danh từ. Ngoài ra còn có các từ chỉ vị trí như : 뒤 sau, 위 trên, 아래(밑) dưới, 옆 bên cạnh…
Ví dụ : 식탁 위 Trên bàn ăn   약국 옆 Bên cạnh hiệu thuốc

☑ 친구들이 놀러 오면 같이 탁구를 해요. Khi các bạn đến chơi thì cùng chơi bóng bàn.

chin-gu-đư-li nôl-lơ ô-miơn ga-chi thac-ku-rưl he-iô

Tip 탁구를 해요 : Từ 치다 có nghĩa là 'đánh' và có khi được dùng để chỉ hành động chơi một môn thể thao chơi bằng tay như '배드민턴 하다 đánh cầu lông', '테니스 하다' chơi tennis v.v…

☑ 저는 날마다 수영을 다녀요. Hàng ngày tôi đều đi bơi.
jơ-nưn nal-ma-đà su-iơng-ưl đa-niơ-iô

> **Tip** Danh từ + 마다 là trợ từ bổ trợ có nghĩa là tất cả … đều, không bỏ sót một thứ nào mà tất cả. Từ 날 có nghĩa là 'ngày' nên 날마다 có thể dịch sang là 'mọi ngày', 'hàng ngày', 'mỗi ngày đều..' hoặc 'Ngày nào..cũng'.

☑ 수영을 하면 다이어트도 되고 건강해져요.
su-iơng-ưl ha-miơn đa-i-ơ-thư-đô đuê-gô gơn-gang-he-jiơ-iô

Bơi thì có thể giúp giảm cân và trở nên khỏe hơn.

> **Tip** Cụm từ "운동이 된다, 다이어트가 된다" có nghĩa là có thể tập thể dục và giảm cân thông qua một hành động nào đó.

☑ 저는 농구하는 게 제일 좋아요. Tôi thích chơi bóng rổ nhất.
jơ-nưn nông-gu-ha-nưn ghê jê-il jô-a-iô

☑ 저는 게임하는 것을 좋아해요. Tôi thích chơi game.
jơ-nưn ghê-im-ha-nưn gơ-sưl jô-a-he-iô

Từ vựng mới

한가하다 han-ga-ha-đà Rảnh, rỗi	~해지다 he-ji-đà Trở nên
책을 읽다 che-gưl ic-tà Đọc sách	아무 a-mu Nào, gì
소설 sô-sơl Tiểu thuyết	것 gớt Cái, đồ vật
시 si Thơ	안 하다 an ha-đà Không làm
등산 dưng-san Leo núi	집에 있다 ji-bê it-tà Ở nhà
운동이 되다 un-đông-i đuê-đà Có thể tập thể dục	사람들 sa-ram-đưl Người ta
스트레스 sư-thư-re-sư Căng thẳng, Stress	집순이 jip-su-ni Trạch nữ
스트레스를 풀다 sư-thư-re-sư-rưl pul-đà Giải toả căng thẳng	부르다 bu-lư-đà Gọi
한 달 han-đal Một tháng	드라마 보다 đư-ra-ma bô-đà Xem phim truyền hình
두 번 đu-bơn Hai lần	푹 쉬다 puc sui-đà Nghỉ ngơi hoàn toàn
영화 보다 iơng-hoa bô-đà Xem phim	앞 áp Trước
영화관 iơng-hoa-goan Rạp chiếu phim	탁구장 thac-ku-jang Sân bóng bàn
코미디 영화 khô-mi-đi iơng-hoa Phim hài	놀러 오다 nôl-lơ ô-đà Đến chơi
액션 영화 ec-siơn-iơng-hoa Phim hành động	날마다 nal-ma-đà Mỗi ngày đều, mọi ngày, ngày nào cũng
산책하다 san-che-kha-đà Đi dạo	수영 다니다 su-iơng đa-ni-đà Đi bơi
노래를 듣다 nô-rê-rưl đưt-tà Nghe bài hát, nghe nhạc	다이어트 đa-i-ơ-thư Giảm cân, ăn kiêng
기분 ghi-bun Tâm trạng	건강 gơn-gang Sức khoẻ
기분이 좋다 ghi-bun-i jô-tha Tâm trạng vui vẻ, tâm trạng tốt	농구 nông-gu Bóng rổ
	제일 jê-il Nhất
	게임 ghê-im Game, trò chơi điện tử

Bài luyện

note

• 탁구 : Bóng bàn
• 사진 찍다 : Chụp ảnh/hình
• 산 : Núi
• 바다 : Biển

1. Điền vào từ thích hợp vào chỗ trống.

a. 저는 (　　　　　)을 좋아해요.　Em thích bóng bàn và bơi.

b. 축구하는 것과 보는 것 (　　　) 좋아해요.

　Tôi thích cả xem bóng đá và chơi bóng đá.

c. 저는 (　　　　　　　　　　) 주말마다 사진 찍으러 가요.

　Tôi còn thích chụp ảnh nữa thế nên cuối tuần nào tôi cũng đi chụp hình.

d. 저는 풍경사진 찍는 것을 좋아해서 (　　　　　　　) 가요.

　Tôi thích chụp ảnh phong cảnh nên thường đi núi hoặc biển.

• 즐겁다 : Vu
• 놀러가다 : Đi chơi
• 낚시 : Câu cá
• 스키 타다 : Trượt tuyết

2. Dịch sang tiếng Việt.

a. 즐거울 때 저는 친구들과 놀러 가요.

b. 제 취미는 낚시예요.

c. 주말에 자주 스키 타러 가요.

d. 거의 매일 운동을 해요.

3. Hãy chọn câu sự liên kết giữa tiếng Hàn và tiếng Việt không đúng.

a. 축구하다 – Chơi bóng đá
b. 배구하다 – Chơi bóng chuyền
c. 농구하다 – Chơi bóng chày
d. 탁구하다 – Chơi bóng bàn

---

1. a. 탁구와 수영　b. 둘 다　c. 사진 찍는 것도 좋아해서　d. 산이나 바다로　　2. a. Khi vui, tôi đi chơi với bạn bè.　b. Sở thích của tôi là câu cá.　c. Cuối tuần, tôi hay đi trượt tuyết.　d. Hầu như ngày nào cũng tập thể dục.　　3. (c)

Từ vựng

Sở thích

영화 감상 Xem phim
iơng-hoa-gam-sang

음악 감상 Nghe nhạc
ưm-ac-gam-sang

독서 Đọc sách
đôc-sơ

수영 Bơi
su-iơng

스키 Trượt tuyết
sư-khi

낚시 Câu cá
nac-si

등산 Leo núi
đưng-san

그림 그리기 Vẽ tranh
gư-rim-gư-ri-ghi

요리 iô-ri Nấu ăn

쇼핑 siô-ping Mua sắm, mua đồ

노래하기 nô-re-ha-ghi Hát

사진 찍기 sa-jin-jjic-ghi Chụp ảnh, chụp hình

운동 un-đông Tập thể dục, thể thao

스포츠 sư-pô-chư Thể thao

게임하기 gê-im-ha-ghi Chơi game, chơi điện tử

인터넷서핑 in-tơ-nêt-sơ-ping Lướt web

드라이브 đư-ra-i-bư Lái xe

연극보기 iơn-gưc-bô-ghi Xem kịch

춤추기 chum-chu-ghi Nhảy múa

수집하기 su-jip-ha-ghi Sưu tập

놀러가기 nôl-lơ-ga-ghi Đi chơi

여행가기 iơ-heng-ga-ghi Đi du lịch

⟨Môn thể thao⟩

축구 chuc-ku Bóng đá

야구 ia-gu Bóng chày

농구 nông-gu Bóng rổ

배구 be-gu Bóng chuyền

탁구 thac-ku Bóng bàn

핸드볼 hen-đư-bôl Bóng ném

피구 pi-gu Bóng né

족구 jôc-ku Bóng chuyền chân

당구 đang-gu Bida, bi-a

테니스 thê-ni-sư Tennis

배드민턴 be-đư-min-thơn Cầu lông

PyeongChang 2018: Thế vận hội mùa đông

Thế vận hội mùa đông PyeongChang 2018, ước tính có sự tham gia của khoảng 6.000 vận động viên đến từ gần 100 quốc gia trên khắp thế giới, tranh 102 bộ huy chương ở 15 bộ môn thể thao mùa đông.

Theo thông tin từ Ủy ban Thế vận hội mùa đông PyeongChang 2018, Hàn Quốc đã chi hơn 12 nghìn tỉ won để xây dựng, chỉnh trang đường xá, cơ sở hạ tầng phục vụ thế vận hội. Các địa điểm thi đấu gồm Công viên Phoenix Snow, Công viên Alpensia Olympic, Trung tâm Olympic Sliding, Trung tâm Jeongseon Alpine, Trung tâm Younpyong Alpine, Sân vận động PyeongChang Olympic…

Một trong những điểm nổi bật của Thế vận hội mùa đông PyeongChang 2018 là việc ứng dụng các công nghệ cao. Kỳ thế vận hội này sẽ đi vào lịch sử trở thành thế vận hội đầu tiên sử dụng công nghệ mạng 5G. Mạng 5G được phủ sóng từ sân bay cho đến trung tâm báo chí, các địa điểm thi đấu của thế vận hội. Công nghệ này không chỉ cho phép người sử dụng truy cập mạng với tốc độ "khủng" mà còn có thể chụp ảnh không gian 3 chiều hay trải nghiệm thực tế ảo...

Ngoài ra, khán giả có thể theo dõi trực tiếp phần thi đấu của các vận động viên một cách sống động. Ví dụ như camera được gắn vào người các vận động viên thi trượt tuyết truyền hình ảnh trực tiếp để khán giả có cảm giác như đang ở ngay trên đường trượt.

Những ngày này tại Hàn Quốc, hình ảnh hai linh vật của Thế vận hội mùa đông PyeongChang 2018 là hổ trắng Soohorang và gấu mặt trăng Bandabi xuất hiện ở khắp mọi nơi. Bên cạnh các hoạt động nằm trong khuôn khổ thế vận hội, Hàn Quốc tận dụng cơ hội này để quảng bá văn hóa, nghệ thuật, ẩm thực… đến với du khách quốc tế. Nhiều chương trình biểu diễn K-Pop, nghệ thuật truyền thống, đương đại, đường phố… đã được xây dựng, kết nối với du khách.

Những công đoạn chuẩn bị cuối cùng cho thế vận hội đang được gấp rút hoàn tất.Theo thông tin từ Ủy ban Thế vận hội mùa đông PyeongChang 2018, khoảng 16.000 tình nguyện viên đã được tuyển chọn từ các nước trên khắp thế giới sẽ tham gia phục vụ thế vận hội. Đến nay đã có 1.070.000 vé đã được bán trong đợt 1, trong đó 70% số vé được bán ở trong nước, 30% ở nước ngoài. Đợt bán vé thứ 2 sẽ được mở từ ngày 5 tháng 9.

Bài

09

전화
Gọi điện thoại

Hội thoại

민준 : 여보세요, 하 씨, 저 민준이에요.
io̱-bô-sê-iô   ha si jơ min-ju-ni-ê-iô

하 : 아, 안녕하세요? 무슨 일이세요?
à an-niơng-ha-sê-iô   mu-sưn i-li-sê-iô

민준 : 이번 주 토요일에 우리 집에 올 수 있지요? 제 생일이에요.
i-bơn-ju thô-iơ-i-lê u-ri ji-bê ôl-su it-jji-iô   jê seng-il-i-ê-iô

하 씨와 우리 반 친구들을 생일 파티에 초대하려고요.
ha si-oa u-ri-ban chin-gu-đư-rưl seng-il-pa-thi-ê chô-đe-ha-riơ-gô-iô

혹시 프엉 씨 전화번호 있나요?
hôc-si phư-ơng si jơn-hoa-bơn-hô it-na-iô

하 : 네, 갈 수 있어요. 프엉이 전화번호 제가 가지고 있어요.
nê gal-su-it-sơ-iô   phư-ơng-i jơn-hoa-bơn-hô jê-ga ga-ji-gô it-sơ-iô

잠시만요. (잠시 후에) 여보세요, 불러드릴게요.
jam-si-man-iô   (jam-si-hu-ê) io̱-bô-sê-iô bul-lơ-đư-ril-ghê-iô

010-1234-5678이에요.
gông-il-gông il-i-sam-sa ô-iuc-chil-pal-i-ê-iô

Bản dịch

Min-jun : A lô, cô Hà ơi, tôi là Min-Jun đây.
Hà : À, chào anh. Anh có chuyện gì vậy?
Min-jun : Thứ bảy tuần này, cô đến nhà tôi chơi được chứ?
Hôm đó là sinh nhật của tôi đấy. Tôi định mời cô Hà và các bạn cùng lớp đến dự tiệc sinh nhật.
Cô có số điện thoại của bạn Phương không?
Hà : Vâng, tôi đến được. Tôi có số điện thoại của Phương.
Xin đợi một chút. (Một lát sau) A lô, tôi sẽ đọc nhé. Số điện thoại là 010-1234-5678.

Chú thích hội thoại

1. 여보세요. 하 씨, 저 민준이에요. A lô, cô Hà ơi, tôi là Min-jun đây.

Khi nghe điện thoại, người Hàn Quốc thường nói là "여보세요 A lô" và "저(는) …입니다 Tôi là…". Còn khi không biết ai gọi đến thì hỏi là "누구세요? Ai đấy ạ?" hoặc "어디서 전화하셨는지요? Anh gọi đến từ đâu vậy ạ".

2. 네, 갈 수 있어요. Vâng, tôi đến được.

Cấu trúc —ㄹ/을 수 있다 được dùng với động từ để diễn tả một khả năng, thể hiện tính khả thi, một sự cho phép hoặc không cho phép nào đấy. Có nghĩa là "có thể + động từ + được". '—ㄹ 수 있다' được dùng khi gốc động từ không có patchim ở âm cuối còn '—을 수 있다' được dùng trong trường hợp gốc động từ có patchim ở âm cuối.

Ví dụ : 읽다 – 읽을 수 있다. Có thể đọc được.

가다 – 갈 수 있다. Có thể đi được.

3. 혹시 프엉 씨 전화번호 있나요? Cô có số điện thoại của bạn Phương không?
010-1234-5678이에요. Là số 010-1234-5678 đây anh ạ.

Khi hỏi một cách cẩn thận và nhẹ nhàng và lịch sự, người ta thường dùng từ 혹시 ở đầu câu, có nghĩa là "không biết là…" hoặc "không lẽ".

Ví dụ : 혹시 오늘 바쁘세요? Không biết là hôm nay anh có bận không anh ạ?

Ở Hàn Quốc, số điện thoại di động thường có 11 số, khi đọc thì đọc từng một và số này thường bắt đầu bằng số 010.

 Từ vựng mới

여보세요 iơ-bô-sê-iô A lô

무슨 mu-sưn Nào, gì

일 il Việc, chuyện

우리 u-ri Chúng ta, chúng tôi

집 jip Nhà

오다 ô-đà Đến

~할 수 있다 hal-su-it-tà Có thể - được, có thể

제 jê Của tôi (Dạng rút gọn của 저의)

생일 seng-il Sinh nhật

반 ban Lớp

들 đưl Các, những

생일파티 seng-il-pa-thi Tiệc sinh nhật

초대하다 chô-đe-ha-đà Mời

혹시 hôc-si Không biết là

전화번호 jơn-hoa-bơn-hô Số điện thoại

가지고 있다 ga-ji-gô-it-tà Có

잠시 jam-si Một lát, một chút

부르다 bu-rư-đà Gọi, đọc

~해 드리다 he đư-ri-đà Làm gì cho ai đó (Kính ngữ của từ 해 주다)

Các biểu hiện chính

☐ **여보세요, 프엉입니다.** A lô, Phương nghe đây.
 io-bô-sê-iô phư-ơng-im-ni-đà

☐ **네, 서울 알펜시아 호텔입니다.** Dạ, khách sạn Apensia Seoul xin nghe.
nê sơ-ul al-phên-si-a hô-thêl-im-ni-đà

> **Tip** 네, Tên quán hoặc danh từ chỉ nơi chốn입니다.
> Khi nhận nhân viên trực điện thoại tại cơ quan, khách sạn, nhà hàng v.v… nghe điện thoại thì họ thường nói theo mẫu câu trên, có nghĩa là 'Dạ, danh từ chỉ nơi chốn xin nghe'.

☐ **여보세요, 거기 가림 한식당 맞나요?**
io-bô-sê-iô gơ-ghi ga-rim han-xic-tang mat-na-iô

A lô, đấy là nhà hàng Hàn Quốc Garim, phải không ạ?

> **Tip** 거기(가) … 맞나요? : Câu trên có nghĩa là "Đấy/đó có phải là …… không ạ?" hoặc "Đấy/đó là ……. có đúng không ạ?", được sử dụng để xác nhận xem mình có đang gọi đến đúng nơi hay không.

☐ **네, 맞습니다. 무엇을 도와드릴까요?** Dạ, đúng rồi ạ. Tôi có thể giúp gì cho chị ạ?
nê mat-sưm-ni-đà mu-ơ-sưl đô-oa-đư-ril-ca-iô

> **Tip** 무엇을 도와드릴까요? : Người phục vụ thường dùng câu này để biết mục đích và sự mong muốn của khách hàng. Câu này tương đương với "May I help you?" trong tiếng Anh (Tôi có thể giúp gì cho anh?).

☐ **여보세요, 마케팅 부서의 김미나 대리님 부탁드려요.**
io-bô-sê-iô ma-khê-thing bu-sơ-ưi kim-mi-na đe-ri-nim bu-thac-đư-rio-iô

A lô, cho tôi gặp trợ lý Kim Mi-na ở phòng maketing.

> **Tip** Khi nhờ một sự việc gì đó, câu "부탁드립니다, 부탁합니다 hoặc 부탁드려요" được dùng ở cuối câu hoặc sau động từ cho lịch sự.
> *Ví dụ :* 알려주시길 부탁드려요. Nhờ anh cho tôi biết ạ.

☐ **네, 잠시만 기다리세요.** Dạ, xin chờ một chút.
nê jam-si-man ghi-đa-ri-sê-iô

> **Tip** Cụm từ này được cấu thành những từ 잠시 + từ 만, từ 잠시 có nghĩa là 'một chút, một lát' còn từ 만 có nghĩa là 'chỉ… thôi', 잠시만 biểu thị một khoảng thời gian ngắn thôi và được dùng ở trước động từ. Những từ đồng nghĩa với từ này có 잠깐(만), 조금(만), 쫌(만)….
> *Ví dụ :* 잠시만 먹을게요. Tôi sẽ ăn trong một lát thôi.

☐ **여보세요, 지금 대리님 자리에 안 계시는데요.**
io-bô-sê-iô ji-gưm đe-ri-nim ja-ri-ê an ghiê-si-nưn-đê-iô

A lô, bây giờ cô ấy không có ở văn phòng ạ.

☐ **나중에 전화하시라고 전달할까요.** Tôi sẽ nhắn lại là hãy gọi lại sau nhé.
na-jung-ê jơn-hoa-ha-si-ra-gô jơn-đal-hal-ca-iô

> **Tip** Từ 전달하다 có ý nghĩa là 'truyền đạt, nhắn lại' và khi liệt kê về những nội dùng cần truyền đạt thì –라고 được dùng trước 전달하다 có nghĩa là "nhắn là/rằng".

Ví dụ : 내일 오라고 전달하다. Nhắn là hãy đến vào ngày mai.

☑ **아닙니다. 제가 다시 전화 걸겠습니다.** Dạ, không. Tôi sẽ gọi lại.
a-nip-ni-đà jê-ga đa-si jơn-hoa gơl-ghet-sưm-ni-đà

☑ **여보세요, 거기 북경관 중국집 맞나요?**
iơ-bô-sê-iô gơ-ghi buc-kiơng-guan jung-guc-jjip man-na-iô

A lô, đó có phải là Bắc Kinh Quán, nhà hàng món Trung Quốc không ạ?

☑ **아닙니다. 전화 잘못 거셨어요.** Dạ, không phải ạ. Anh gọi nhầm số rồi.
a-nip-ni-đà jơn-hoa jal-môt gơ-siợt-sơ-iô

> **Tip** 잘못 ⋯했다 : Cấu trúc này được dùng để biểu thị một hành động nào đó là sai trái, nhầm lẫn; tương đương với "Động từ + nhầm rồi". Còn hành động này chủ yếu là ở thì quá khứ vì hành động đó đã xảy ra rồi.
> *Ví dụ :* 잘못 봤다. Anh đã nhìn nhầm rồi.

☑ **거기 031-235-6790번 아닌가요?** Đó không phải là số 031-235-6790 à?
gơ-ghi gông-sam-il i-sam-ô iuc-chil-gu-gông-bơn a-nin-ga-iô

> **Tip** 아닌가요? : Là đuôi câu hỏi phủ định, có nghĩa là "không phải là +danh từ à?", tương đương với đuôi câu hỏi phủ định " 아니에요?".
> *Ví dụ :* 밍 씨 아닌가요/아니에요? Không phải là anh Minh à?

☑ **아니요, 여기 031-325-6790번입니다.** Không phải. Đây là số 031-325-6790 ạ.
a-ni-iô iơ-ghi gông-sam-il sam-i-ô iuc-chil-gu-gông-bơn-ip-ni-đà

☑ **여보세요, 빛나 씨 좀 바꿔주세요.** A lô, làm ơn cho tôi nói chuyện với cô Bit-na.
iơ-bô-sê-iô bit-na si jôm ba-cươ-ju-sê-iô

> **Tip** Cấu trúc "좀 ⋯해주세요." được dùng để nhờ người khác một việc nào đó một cách vừa trang trọng vừa thân mật và hay được dùng nhất trong cuộc sống hàng ngày.
> *Ví dụ :* 이것 좀 들어주세요. Cầm hộ cái này nhé.
> Còn từ 바꾸다 có nghĩa là 'đổi' nhưng trong cuộc điện thì có nghĩa là 'chuyển máy'.

☑ **빛나 씨 지금 통화 중이에요.** Cô Bit-na đang nghe điện thoại khác.
bit-na si ji-gưm thông-hoa jung-i-ê-iô

> **Tip** 통화 중이다 : Câu này có nghĩa là "Máy đang bận" hoặc "Nghe điện thoại khác."

☑ **흐엉에게 전화 왔었다고 전해 주세요.** Xin nhắn lại cho Hương là có điện thoại đến ạ.
hư-ơng-ê-ghê jơn-hoa oat-ơt-ta-gô jơn-he ju-sê-iô

> **Tip** –라고 전해주다 : Cụm từ này có nghĩa tương đương với '–라고 전달하다'.

☑ **여보세요, 제가 지금 회의 중이라 문자로 말씀해 주세요.**
iơ-bô-sê-iô jê-ga ji-gưm huê-ưi jung-i-ra mun-ja-rô mal-sưm-he ju-sê-iô

A lô, em đang họp nên anh hãy nhắn tin nhé.

Tip 회의 중이라 : Cấu trúc -이라 có nghĩa tương đương với -이라서 gắn sau danh từ được dùng để nguyên nhân hoặc lý do.

Ví dụ : 출근시간이라(서) 차가 막혀요. Vì là giờ đi làm nên tắc đường.

☐ **여보세요, 트엉 언니. 지금 통화 가능하세요?**

io-bô-sê-iô thư-ơng-ơn-ni ji-gưm thông-hoa ga-nưng-ha-sê-iô

A lô. Chị Thương ơi, bây giờ chị nói chuyện được không?

Tip 가능하세요? : Khi nhờ một việc gì, có thể hỏi là '가능하세요?' hoặc '할 수 있으세요?' ở cuối câu để hỏi nhẹ nhàng và đơn giản, có nghĩa là "được không?".

Ví dụ : Ngày mai, được không?

☐ **아, 미안해. 지금 저녁 먹는 중이라. 조금 이따 내가 전화할게.**

à mi-an-he   ji-gưm jơ-niơc mơc-nưn jung-i-ra jô-gưm i-ta ne-ga jơn-hoa-hal-ghê

À, xin lỗi em. Chị đang ăn tối. Lát nữa chị sẽ gọi điện nhé.

Tip Từ 이따 có nghĩa là 'lát sau, chốc nữa' và đứng trước động từ.

☐ **쥬 카페 전화번호 있으신 분?** Có ai có số điện thoại của quán cà phê Zoo không?

jiu-kha-phê jơn-hoa-bơn-hô it-sư-sin-bun

Tip 있으신 분 : Từ '분' là từ kính ngữ của từ 'sa-ram', từ chỉ người một cách lịch sự, có nghĩa là 'vị' trong tiếng Việt.

Từ vựng mới

호텔 hô-thêl Khách sạn	잘못하다 jal-mô-tha-đà Nhầm
거기 gơ-ghi Đấy, đó	여기 iơ-ghi Đây
한식당 han-xic-tang Nhà hàng Hàn Quốc	좀 jôm Hãy
맞다 mat-tà Đúng	바꿔주다 ba-cươ-ju-đà Chuyển máy
도와드리다 đô-oa-đư-ri-đà Giúp cho	통화 중이다 thông-hoa jung-i-đà Máy đang bận
마케팅 부서 ma-khê-thing bu-sơ Bộ phận/phòng maketing, tiếp thị	전화 오다 jơn-hoa ơa-đà Gọi đến
대리 đe-ri Trợ lý	전하다 jơn-ha-đà Truyền đạt, nhắn lại
~님 nim Danh từ + 님 : Dạng kính ngữ	회의 중 huê-ưi jung Đang họp
부탁하다 bu-tha-kha-đà Nhờ	말씀하다 mal-sưm-ha-đà Nói (Kính ngữ)
기다리다 ghi-đa-ri-đà Chờ, đợi	통화 thông-hoa Cuộc gọi
나중에 na-jung-ê Sau	가능하다 ga-nưng-ha-đà Được, có khả năng, có thể
전화하다 jơn-hoa-ha-đà Gọi điện	저녁 먹다 jơ-niơc mơc-tà Ăn tối
전달하다 jơn-đal-ha-đà Truyền đạt, nhắn lại	이따 i-ta Lát sau, một lát nữa
다시 đa-si Lại	카페 kha-phê Quán cà phê
전화 걸다 jơn-hoa gơl-đà Gọi điện	~분 bun Vị
중국집 jung-guc-jjip Nhà hàng Trung Quốc	

Bài luyện

note

1. **Điền vào từ thích hợp vào chỗ trống.**

a. (　　　　). 하 씨, 저 민준이에요.

A lô, cô Hà ơi, tôi là Min-Jun đây.

b. 이번 주 토요일에 우리 집에 (　　　　　　　)?

Thứ bảy tuần này, cô đến nhà tôi chơi được chứ?

c. 혹시 프엉 씨 (　　　　) 있나요?

Cô có số điện thoại của bạn Phương không?

d. 잠시만요. (잠시 후에) 여보세요, (　　　　　　　　).

Xin đợi một chút. (Một lát sau) A lô, tôi sẽ đọc nhé.

• 여보세요 : A lô
• 전화번호 : Số điện thoại
• 불러주다 : Đọc cho

2. **Dịch sang tiếng Việt.**

a. 여보세요, 거기 세탁소 맞나요?

b. 사장님 좀 바꿔주세요.

c. 흐엉 씨가 내일 온다고 전해주세요.

d. 란 연락처 제가 메일로 보내드릴게요.

• 세탁소 : Hiệu giặt
• 사장님 : Giám đốc
• 전하다 : Nhắn
• 연락처 : Số điện thoại

3. **Hãy chọn câu sự liên kết giữa tiếng Hàn và tiếng Việt không đúng.**

a. 전화하다 − Mua điện thoại

b. 전화번호 − Số điện thoại

c. 전화 걸다 − Gọi điện thoại

d. 전화 오다 − Gọi đến

1. a. 여보세요   b. 올 수 있지요   c. 전화번호   d. 불러드릴게요   2. a. A lô, đó là hiệu giặt phải không?
b. Cho tôi gặp ông giám đốc ạ.   c. Xin nhắn lại là cô Hương sẽ đến ngày mai.   d. Để em gửi số
điện thoại của cô Lan qua email nhé.   3. (a)

Từ vựng

Đồ điện, đồ gia dụng

티비 Tivi
thi-bi

컴퓨터 Máy vi tính
khơm-piu-thơ

선풍기 Quạt máy
sơn-phung-ghi

냉장고 Tủ lạnh
neng-jang-gô

에어컨 Máy lạnh
ê-ơ-khơn

전화기 Máy điện thoại
jơn-hoa-ghi

리모컨 Điều khiển
ri-mô-khơn

스마트폰
sư-ma-thư-phôn
Điện thoại thông minh

디지털 카메라 đi-ji-thơl kha-mê-ra Máy ảnh kỹ thuật số	**엠피쓰리** êm-phi-sư-ri Mp3
카메라 kha-mê-ra Máy ảnh	**오븐** ô-bưn Lò nướng
세탁기 sê-thac-ki Máy giặt	**토스터기** thô-sư-thơ-ghi Lò nướng bánh
청소기 chơng-sô-ghi Máy hút bụi	**가스렌지** ga-sư-rên-ji Bếp ga
비디오 vi-đi-ô Đầu video	**전기스탠드** jơn-ghi-sư-then-đư Đèn bàn
오디오 ô-đi-ô Hệ thống audio	**재봉틀** je-bông-thưl Máy may, máy khâu
노트북 nô-thư-buc Máy tính xách tay	**스캐너** sư-khe-nơ Máy quét
프린터기 phư-lin-thơ-ghi Máy in	**전기면도기** jơn-ghi-miơn-đô-ghi Máy cạo râu điện
스피커 sư-phi-khơ Cái loa	**팩스** phac-sư Máy fax
마이크 ma-i-khư Micrô, míc	**다리미** đa-ri-mi Bàn ủi, bàn là
전자레인지 jơn-ja-rê-in-ji Lò vi sóng	**믹서기** mic-sơ-ghi Máy xay
녹음기 nôc-ưm-ghi Máy ghi âm	**식기세척기** sic-ki-sê-chơc-ki Máy rửa chén
헤어드라이기 hê-ơ-đư-ra-i-ghi Máy sấy tóc	**전기밥솥** jơn-ghi-bap-sôt Nồi cơm điện
라디오 ra-đi-ô Đài, Radio	**스위치** sư-ui-chi Công tắc điện
핸드폰 hen-đư-phôn Điện thoại di động	**난로** nal-rô Máy sưởi
이어폰 i-ơ-phôn Tai nghe	**엘리베이터** êl-li-bê-i-thơ Thang máy

Những ứng dụng trên mobile không thể thiếu khi ở Hàn Quốc

1. 카카오톡 Nhắn tin và gọi điện bằng mạng dữ liệu dùng KakaoTalk

Ứng dụng đầu tiên cần phải liệt kê là KakaoTalk. Giờ đây KakaoTalk là một ứng dụng nhắn tin và là mạng xã hội trên di động lớn nhất ở Hàn Quốc. Ứng dụng này là ứng dụng ai cũng phải có khi ở Hàn. Thứ nhất là bởi vì, ai cũng dùng KakaoTalk. Thứ 2, bạn có thể tiết kiệm được tiền khi nhắn tin hoặc gọi điện qua Kakao Talk.

Ngoài ra, gần đây thì Kakaotalk đã cải thiện rất nhiều chức năng video call, mình đã dùng thử để thường xuyên gọi điện về nhà cho bố mẹ. Trước đây mình hay dùng Skype gọi trên máy tính, nhưng Skype trên mobile gặp rất nhiều lỗi, vì thế mình đã chuyển qua dùng kakaoTalk và rất ưng dịch vụ này.

KakaoTalk ở Hàn phổ biến đến mức, nó tích hợp vào rất nhiều ứng dụng khác như game (mạng xã hội cho game di động), trong ứng dụng mobile banking (chuyển tiền qua mobile). Vì thế bạn hãy cài ngay ứng dụng này trước khi sang Hàn nhé. Với các bạn chuẩn bị qua Hàn, hãy kết nối với người quen bên Hàn qua KakaoTalk, đến sân bay Incheon, có thể vào wifi miễn phí ở sân bay để liên lạc với người quen, không sợ lúng túng vì không biết liên lạc như thế nào.

2. 버스, 지도 Tìm đường đi lại, ứng dụng bản đồ, ứng dụng tàu điện ngầm, ứng dụng đi xe bus

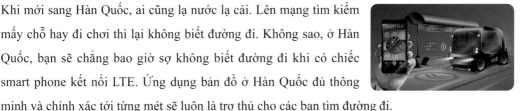

Khi mới sang Hàn Quốc, ai cũng lạ nước lạ cái. Lên mạng tìm kiếm mấy chỗ hay đi chơi thì lại không biết đường đi. Không sao, ở Hàn Quốc, bạn sẽ chẳng bao giờ sợ không biết đường đi khi có chiếc smart phone kết nối LTE. Ứng dụng bản đồ ở Hàn Quốc đủ thông minh và chính xác tới từng mét sẽ luôn là trợ thủ cho các bạn tìm đường đi.

2 đại diện các bạn nên tham khảo là Naver Map và Daum Maps. Nếu dùng trên máy tính, mình thì thích thằng Daum Maps vì nó hỗ trợ street view vô cùng tốt. http://map.daum.net/ còn trên mobile thì mình dùng Naver Maps thấy tiện hơn vì ngoài bản đồ, mình còn dùng đủ thứ ứng dụng khác của naver như email, tìm kiếm... Khi dùng naver maps, nó sẽ hỗ trợ tìm đường cho chúng ta, và chỉ đường cho chúng ta bằng nhiều phương tiện khác nhau như đi bộ, xe đạp, xe ô tô, tàu điện ngầm, xe buýt.

Bài

10

물건구매(1)
Mua sắm

Hội thoại

판매원 : 어서오세요! 찾으시는 것 있으세요?
ơ-sơ-ô-sê-iô   cha-jư-si-nưn gơt it-sư-sê-iô

응아 : 아, 저 가을 원피스 하나 사고 싶은데요.
a jơ ga-ưl uôn-pi-sư ha-na sa-gô si-pưn-đê-iô

이 갈색 체크 원피스, 세일하는 건가요?
i gal-sec chê-khư uôn-pi-sư sê-il-ha-nưn gơn-ga-iô

판매원 : 네, 저쪽 옷들은 20% 세일해 드려요.
nê jơ-jjôc ôt-đư-rưn i-sip-pơ-sên-thư sê-il-he đư-rơi-iô

응아 : 아, 네 그렇군요. (잠시 후에) 이거 입어 봐도 되죠?
a nê gư-rơ-khun-iô   (jam-si hu-ê) i-gơ i-bơ boa-đô đuê-jô

판매원 : 네, 어서 입어 보세요. 너무 잘 어울리네요!
nê ơ-sơ i-bơ bô-sê-iô   nơ-mu jal ơ-ul-li-nê-iô

응아 : 이걸로 할게요. 할인가로 65,000원 맞나요?
i-gơl-rô hal-kê-iô   hal-in-ka-rô iuc-man-ô-chơn-uôn mat-na-iô

판매원 : 네, 계산해 드릴게요. 이쪽으로 오세요.
nê ghiê-san-he đư-ril-kê-iô   i-jjô-gư-rô ô-sê-iô

Bản dịch

Người bán hàng : Xin mời vào. Chị cần gì ạ?

Nga : À, tôi muốn mua một cái váy liền mùa thu.

Cái váy hoa văn check màu nâu này có được giảm giá không ạ?

Người bán hàng : Vâng, những cái áo phía kia thì được giảm giá 20%.

Nga : À vậy à. (Một lúc sau) Tôi mặc thử cái này được chứ?

Người bán hàng : Vâng, chị mặc thử đi ạ. Ôi, hợp với chị quá!

Nga : Tôi sẽ lấy cái này nhé. Giá được giảm giá là 65.000 won, đúng không ạ?

Người bán hàng : Vâng, tôi sẽ tính tiền cho chị ạ. Mời chị lại phía này ạ.

1. 저 가을 원피스 하나 사고 싶은데요. Tôi muốn mua một cái váy liền mùa thu.

Trong tiếng Hàn không có loại từ. Tuy nhiên, khi đếm thì sử dụng các từ chỉ đơn vị đếm theo từng loại danh từ. Từ '개' thường dùng để chỉ các danh từ sự vật, phạm vi sử dụng rất rộng như bàn, ghế, áo, điện thoại, túi xách v.v… Nó có nghĩa là 'cái, quả...' Có những từ chỉ đơn vị đếm cụ thể hơn như sau.

권 : Đếm sách	마리 : Đếm con vật	대 : Đếm xe cộ	벌 : Đếm áo	명 : Đếm người
Quyển/cuốn	Con	Chiếc, cái	Chiếc, bộ, đôi	Người

Ví dụ : 한국어책 2권 : 2 quyển sách tiếng Hàn   고양이 3마리 : 3 con mèo

Khi nói số từ với danh từ chỉ đơn vị đếm thì hay đọc bằng cách số đếm Thuần Hàn.

Ví dụ : 한 개, 두 개, 세 개…… Đúng   일 개, 이 개, 삼 개…… Sai

Trong cuộc sống hàng ngày, nếu số lượng chỉ 1 thì thường dùng từ '하나' (Dạng rút gọn của '한 개') . Trong câu trên "원피스 하나" là "원피스 한 벌 một bộ váy liền".

2. 어서 입어 보세요. Chị mặc thử đi ạ.

Cấu trúc 'động từ + −아(어/여) 보다', gắn vào thân động từ và được dùng để biểu thị một kinh nghiệm hay thử nghiệm làm một hành động nào đó, có nghĩa là "động từ + thử/ thử xem". Nếu thân động từ kết thúc bằng nguyên âm 'ㅏ, ㅗ' thì gắn với '−아 보다' còn nếu không phải là 'ㅏ, ㅗ' thì dùng −어 보다. Động từ kết thúc bằng '−하다' thì gắn với '−해보다.'

Ví dụ : 먹다 – 먹어 보다 Thử ăn xem.   기차 타다 – 기차 타 보다 Đi bằng tàu hoả thử xem.

공부하다 – 공부해 보다 Học thử xem.

Từ vựng mới

물건구매 mul-gơn-gu-me Mua hàng, mua sắm

판매원 pan-me-uôn Người bán hàng

찾으시다 cha-jư-si-đà Tìm (Kính ngữ của 찾다)

있다 it-tà Có

가을 ga-ưl Mùa thu

원피스 uôn-pi-sư Áo váy đầm, váy liền

사다 sa-đà Mua

~하고 싶다 ha-gô-sip-tà Muốn

저쪽 jơ-jjôc Kia, bên kia

퍼센트(%) pơ-sên-thư Phần trăm

세일하다 sê-il-ha-đà Giảm giá, hạ giá

안 된다 an đuên-đà Không được

옷 ôt Áo

~들 đưl Các, những

~해 보다 he bô-đà Thử ~ xem

너무 nơ-mu Rất, quá, lắm

잘 어울리다 jal ơ-ul-li-đà Rất hợp

이걸로 하다 i-gơl-rô ha-đà Lấy cái này

할인가 hal-in-ka Giá được giảm

계산하다 ghiê-san-ha-đà Tính tiền, trả tiền

☑ **최신 스마트폰 세일합니다. 보고 가세요!**
chuê-sin sư-ma-thư-phôn sê-il-ham-ni-đà bô-gô ga-sê-iô

Điện thoại thông minh mới nhất đang được giảm giá. Mời anh xem rồi hãy đi ạ!

> **Tip** Từ 세일 là từ mượn từ tiếng Anh, có nghĩa là giảm giá và từ 할인(하다) hạ giá, giảm giá, chặt giá cũng là từ đồng nghĩa với từ này.

☑ **아이폰 X 있나요?** (Ở đây) có iphon X không?
a-i-phôn êc-sư it-na-iô

☑ **네, 당연하죠! 들어와서 보세요.** Dạ, tất nhiên là có ạ. Xin mời anh vào xem ạ.
nê đang-iơn-ha-jô đư-rơ-oa-sơ bô-sê-iô

☑ **포도 한 바구니에 얼마인가요?** Một rổ nho bao nhiêu tiền?
pô-đô han ba-gu-ni-ê ơl-ma-in-ga-iô

> **Tip** Khi hỏi về giá cả thì người Hàn Quốc thường dùng các câu như "얼마예요? Bao nhiêu tiền?", "가격이 어떻게 되나요? Giá bao nhiêu", "어떻게 파세요? Bán thế nào?".

☑ **작은 바구니는 6,000원, 큰 바구니는 8,000원, 1.5kg 상자는 25,000원이에요.**
ja-gưn ba-gu-ni-nưn iuc-chơn-uôn khưn-ba-gu-ni-nưn pal-chơn-uôn il-jjơm-ô khil-lô sang-ja-nưn i-man-ô-chơn-uôn-i-ê-iô

Rổ nhỏ là 6.000 uôn, rổ to là 8.000 uôn. Hộp 1,5 cân là 25.000 uôn ạ.

> **Tip** Khi bán trái cây, rau quả thì người Hàn Quốc thường bán theo kg, rổ hoặc túi. Trường hợp là quả nho, quả chuối thì thường bán theo chùm, nải.
> *Ví dụ:* 포도 한 송이 Một chùm nho
>
> Cách đánh dấu và đọc số thập phân
> Khi đánh dấu số thập phân, ở Hàn Quốc dùng dấu '. chấm' theo kiểu Mỹ, đọc là '점 chấm'
> *Ví dụ:* 0.3 영 점 삼 Không phẩy ba
> 1.5 일 점 오 Một phẩy năm

☑ **너무 비싸요. 작은 바구니 2개 해서 10,000원에 주세요.**
nơ-mu bi-sa-iô   ja-gưn ba-gu-ni đu-ghe he-sơ man-uôn-ê ju-sê-iô

Đắt quá. Cho em 2 rổ nhỏ, tổng là 10.000 uôn nhé.

> **Tip** Trả giá ở Hàn Quốc. Ở Hàn Quốc, tại các siêu thị, trung tâm thương mại, cửa hàng thì thường không được mặc cả nhưng ở chợ truyền thống, chợ phiên ở chung cư thì có khi mặc cả được.

☑ **단골손님이니 10,000원에 드릴게요.** Vì chị là khách quen, nên tôi lấy 10.000 uôn nhé.
đan-gôl-sôn-ni-mi-ni man-uôn-ê đư-ril-kê-iô

> **Tip** Từ 단골손님 cũng có thể gọi là 단골 có nghĩa là khách thường hay đến hoặc chỉ đến cửa hàng cố định mà không đi cửa hàng khác.

☑ **싱싱한 새우, 고등어, 갈치 있습니다!** Có tôm, cá nục, cá hố tươi đấy ạ!
sing-sing-han se-u gô-đưng-ơ gal-chi it-sưm-ni-đà

☐ **고등어 얼마 하나요?** Cá nục bán thế nào ạ?
　　gô-đưng-ơ ơl-ma ha-na-iô

☐ **고등어 세 마리에 10,000원, 오늘 아침에 들어온 거라 싱싱해요.**
　　gô-đưng-ơ sê-ma-ri-ê man-uôn ô-nưl a-chi-mê đư-lơ-ôn gơ-ra sing-sing-he-iô

　　Cá nục thì 3 con 10.000 uôn ạ. Vì sáng nay mới về nên tươi ngon lắm ạ.

☐ **그러면 갈치는요?** Còn cá hố thì sao ạ?
　　gư-rơ-miơn gal-chi-nưn-iô

☐ **갈치는 한 마리 9,000원, 제주도 갈치라 좀 비싸요.**
　　gal-chi-nưn han-ma-ri gu-chơn-uôn jê-ju-đô gal-chi-ra jôm bi-sa-iô

　　Cá hố thì 1 con 9.000 uôn, vì nó là cá hố đảo Jeju nên hơi đắt.

☐ **고등어 세 마리, 갈치 두 마리 주세요. 얼마죠?**
　　gô-đưng-ơ sê-ma-ri gal-chi đu-ma-ri ju-sê-iô ơl-ma-jô

　　Cho tôi 3 con cá nục, 2 con hố ạ. Bao nhiêu tiền ạ?

☐ **모두 28,000원입니다.** Tất cả là 28.000 uôn ạ.
　　mô-đu i-man-pal-chơn-uôn-im-ni-đà

　　Tip Khí tính tiền, từ '모두 tất cả, tổng cộng' được dùng để nói về tổng giá, từ 전부, 다 là những từ đồng nghĩa với từ này.

☐ **혹시 카드 계산되나요?** Có thể trả bằng thẻ được không ạ?
　　hôc-si kha-đư ghiê-san-đuê-na-iô

　　Tip 카드 계산 : Khi trả tiền, có thể trả bằng thẻ, tiền mặt. Có những nơi như chợ truyền thống, chợ đêm, chợ phiên thì người ta không chấp nhận thanh toán bằng thẻ, nhưng việc đó là bất hợp pháp.

☐ **아, 여기 현금만 되는데. 재래시장이라 현금 주셔야 해요.**
　　à iơ-ghi hiơn-gưm-man đuê-nưn-đê je-re-si-jang-i-ra hiơn-gưm ju-siơ-ia he-iô

　　À, ở đây chỉ nhận tiền mặt thôi. Vì là chợ truyền thống nên anh phải trả bằng tiền mặt ạ.

☐ **네, 카드 됩니다.** Vâng, bằng thẻ được ạ.
　　nê kha-đư đuêm-ni-đà

☐ **참치랑 햇반 어디 있나요?** Hộp cá ngừ và cơm ăn liền ở đâu ạ?
　　cham-chi-rang het-bban ơ-đi it-na-iô

☐ **저 따라오세요. 참치 5번 코너에 있고 햇반은 왼쪽에 7번 코너 가시면 됩니다.**
　　jơ ta-ra-ô-sê-iô　　cham-chi ô-bơn khô-nơ-ê it-kô hat-bba-nưn uên-jjô-ghê chil-bơn khô-nơ ga-si-miơn đuêm-ni-đà

　　Hãy theo tôi nhé. Hộp cá ngừ ở khu vực/quầy số 5, còn cơm ăn liền thì anh đi đến

　　khu vực số 7 ở bên trái sẽ thấy ạ.

☑ **오늘 김치만두 2+1 행사합니다.** Hôm nay bánh màn thầu kimchi mua 2 tặng 1 ạ.
ô-nưl gim-chi-man-đu thu-pưl-rơ-sư-uôn heng-sa-ham-ni-đà

> **Tip** Khuyến mãi판촉행사 : Ở siêu thị, trung tâm thương mại có nhiều sản phẩm khuyến mãi hay sự kiện giảm giá. Trong đó, phổ biến nhất là chương trình giảm giá 'mua 1 tặng 1', tiếng Hàn gọi là '원 플러스(+) 원'.

☑ **소고기 한 근에 얼마죠?** 600g thịt bò bao nhiêu tiền ạ?
sô-gô-ghi han gư-nê ơl-ma-jô

> **Tip** 한 근 : Từ '근' là từ chỉ đơn vị trọng lượng, trong tiếng Hàn từ '근' này được dùng cho trọng lượng của rau và thịt. Khi chỉ rau thì '1근' = 400g, còn khi chỉ thịt thì '1근' = 600g. Còn rau tiếng Hàn gọi là '야채' hoặc '채소', nhưng từ 야채 có nguồn gốc từ tiếng Nhật.

☑ **호주산은 8,000원, 한우는 10,500원입니다.**
hô-ju-san-ưn pal-chơn-uơn ha-nu-nưn man-ô-bec-uơn-im-ni-đà

Thịt bò Úc là 8.000 uôn, còn thịt bò Hàn là 10.000 uôn ạ.

☑ **네, 잠시만 기다리세요.** Vâng, chị đợi một chút ạ.
nê jam-si-man ghi-đa-ri-sê-iô

Từ vựng mới

최신 chuê-sin Mới nhất
스마트폰 sư-ma-thư-phôn Điện thoại thông minh
아이폰 X a-i-phôn êc-sư Iphone X
들어오다 đư-rơ-ô-đà (Hàng hoá) Về, (Người) vào
포도 pô-đô Nho
바구니 ba-gu-ni Rổ
얼마 ơl-ma Bao nhiêu
작다 jac-tà Nhỏ
크다 khư-đà To, lớn
킬로그램(kg) khil-lô Cân
상자 sang-ja Hộp
비싸다 bi-sa-đà Đắt, mắc
~개 ghe Cái, trái
단골손님 đan-gôl-sôn-nim Khách quen
드리다 đư-ri-đà Biếu, cho (Kính ngữ của từ 주다)
싱싱하다 sing-sing-hạ-đà Tươi, tươi ngoh
새우 se-u Tôm
고등어 gô-đưng-ơ Cá nục
갈치 gal-chi Cá hố
제주도 jê-ju-đô Đảo Jeju

좀 jôm Một chút, một lát
~마리 ma-ri Con
모두 mô-đu Tất cả, tổng cộng
카드 kha-đư Thẻ
계산하다 ghiê-san-ha-đà Tính tiền, trả tiền
현금 hiơn-gưm Tiền mặt
재래시장 je-re-si-jang Chợ truyền thống
참치 cham-chi Cá ngừ
햇반 het-bban Cơm ăn liền
코너 khô-nơ Khu vực, quầy, góc
왼쪽 uên-jjôc Bên trái
~하면 된다 ha-miơn đuên-đà thì được
김치만두 gim-chi-man-đu Bánh màn thầu kimchi, Kimchi mandu (Tên món ăn)
행사 heng-sa Sự kiện, chương trình
소고기 sô-gô-ghi Thịt bò
근 gưn (Rau) 400g, (Thịt) 600g
호주산 hô-ju-san (Bò) Úc, sản phẩm của Úc
한우 ha-nu Bò Hàn, thịt bò Hàn Quốc

Bài luyện

1. **Điền vào từ thích hợp vào chỗ trống.**

a. (   )! 찾으시는 것 있으세요?

Xin mời vào. Chị cần gì ạ?

b. 아, 저 가을 원피스 하나 (   ).

À, tôi muốn mua một cái váy liền mùa thu.

c. 이 갈색 체크 원피스, (   ) 건가요?

Cái váy hoa văn check màu nâu này có được giảm giá

không ạ?

d. (   )! Hợp với chị quá!

• 사다 : Mua
• 세일하다 : Giảm giá
• 잘 어울리다 : Hợp

2. **Dịch sang tiếng Việt.**

a. 사과 한 상자에 얼마인가요?

b. 한 상자에 17,000원입니다.

c. 오늘 해산물, 의류 세일합니다.

d. 너무 비싸요. 좀 깎아주세요.

• 사과 : Táo
• 상자 : Hộp
• 해산물 : Hải sản, đồ biển
• 비싸다 : Đắt

3. **Hãy chọn câu giải thích sai.**

a. Ở Hàn Quốc từ '근' có nghĩa khác nhau khi nói về rau và thịt.

b. Từ 세일하다 là từ Thuần Hàn.

c. Từ 계산하다 có nghĩa là tính tiền, trả tiền.

d. 야채 và 채소 có nghĩa giống nhau.

1. a. 어서 오세요   b. 사고 싶은데요   c. 세일하는   d.잘 어울리네요/맞네요   2. a. Một hộp táo bao nhiêu tiền?   b. Một hộp là 17.000 uôn.   c. Hôm nay đồ biển, quần áo được giảm giá.   d. Đắt quá! Xin bớt cho.   3. (b)

Từ vựng

Tính từ

많다 Nhiều
man-tha

적다 Ít
jơc-tà

크다 To, lớn
khư-đà

작다 Nhỏ
jac-tà

비싸다 bi-sa-đà Đắt, mắc	**싸다** sa-đà Rẻ
멀다 mơl-đà Xa	**가깝다** ga-cap-tà Gần
예쁘다/아름답다 iê-bbư-đà/a-rưm-đap-tà Đẹp	**못생기다/추하다** môt-seng-ghi-đà/chu-ha-đà Xấu
좋다 jô-tha Tốt	**나쁘다** na-bbư-đà Xấu
길다 ghil-đà Dài	**짧다** jjal-tà Ngắn
높다 nôp-tà Cao	**낮다** nat-tà Thấp
새롭다 se-rộp-tà Mới	**오래되다** ô-re-đuê-đà Cũ
두껍다 đu-cớp-tà Dày	**얇다** ial-tà Mỏng
무겁다 mu-gơp-tà Nặng	**가볍다** gha-biớp-tà Nhẹ
거칠다 gơ-chil-đà Sần sùi	**부드럽다** bu-đư-rớp-tà Mềm mại
부유하다 bu-iu-ha-đà Giàu	**가난하다** ga-nan-ha-đà Nghèo
귀엽다 gui-iớp-tà Đáng yêu	**얄밉다** ial-mip-tà Đáng ghét
기쁘다 ghi-bbư-đà Vui	**슬프다** sưl-pư-đà Buồn
뚱뚱하다 tung-tung-ha-đà Béo	**마르다** ma-rư-đà Gầy
열심히하다 iơl-si-mi-ha-đà Chăm chỉ	**게으르다** ghê-ư-rư-đà Lười
행복하다 heng-bô-cha-đà Hạnh phúc	**불행하다** bul-heng-ha-đà Bất hạnh
복잡하다 bôc-jja-pha-đà Phức tạp	**단순하다** đan-sun-ha-đà Đơn giản
빠르다 bba-rư-đà Nhanh	**느리다** nư-ri-đà Chậm
충분하다 chung-bun-ha-đà Đầy đủ	**부족하다** bu-jô-cha-đà Thiếu
바쁘다 ba-bbư-đà Bận	**한가하다** han-gha-ha-đà Rảnh, rỗi
밝다 bac-tà Sáng	**어둡다** ơ-đup-tà Tối
강하다 gang-ha-đà Mạnh	**약하다** iac-ha-đà Yếu
시끄럽다 si-cư-rơp-tà Ồn ào	**조용하다** jô-iông-ha-đà Yên tĩnh

Những khu mua sắm sầm uất ở Hàn Quốc

Myeongdong, Dongdaemun, Garosugil, Hongdae… và còn rất nhiều khu mua sắm ở Hàn Quốc khác luôn nhộn nhịp, tấp nập và đầy hấp dẫn đang chờ bạn khám phá.

Sau hành trình tham quan các danh lam thắng cảnh, thưởng thức những món ăn ngon, khám phá phong tục, văn hóa độc đáo của đất nước Kim Chi, chắc hẳn tiếp theo bạn đang lo lắng xem là nên "mua sắm ở đâu?" và "mua gì?" ở một nơi được mệnh danh là thiên đường mua sắm này. Thấu hiểu được điều này, chúng tôi xin chia sẻ 9 khu mua sắm ở Hàn Quốc nổi tiếng với sự đa dạng về sản phẩm, giá cả, thỏa sức cho bạn lựa chọn.

1. Myeongdong 명동 – Khu mua sắm lớn nhất Seoul, Hàn Quốc

Myeongdong – một trong những khu mua sắm ở Hàn Quốc nổi tiếng nhất, đồng thời đây

cùng là mảnh đất màu mỡ cho những thương hiệu thời trang nước ngoài muốn xâm nhập vào thị trường mua sắm sôi động của Hàn Quốc. Chính vì thế, Myeongdong luôn mang đến cho các tín đồ thời trang những dòng sản phẩm đi đầu xu hướng từ cao cấp đến bình dân. Ngoài ra, khu mua sắm này còn bày bán rất nhiều sản phẩm làm đẹp và sản phẩm khuyến mãi dành riêng cho khách du lịch Hàn Quốc.

2. Khu thương mại sầm uất Dongdaemun 동대문

Dongdaemun được mệnh danh là "thánh địa thời trang nội địa". Đồng thời, khu mua sắm ở Hàn Quốc này còn là nơi tập trung nguồn hàng từ các cửa hàng lớn, nhỏ khắp đất nước. Vì thế, khi đặt chân đến Dongdaemun bạn có thể tìm thấy bất cứ thứ gì từ mỹ phẩm, quần áo, ẩm thực, sản phẩm truyền thống… Đặc biệt, khu chợ đêm mở cửa sau 21 giờ rất được giới trẻ và khách du lịch Hàn Quốc yêu thích.

3. Khu mua sắm Itaewon 이태원

Itaewon ở quận Yongsan thành phố Seoul sở hữu những sản phẩm thời trang hip-hop mới nhất được giới trẻ ưa chuộng, không những thế, các sản phẩm như: túi xách giả hàng hiệu, đá trang sức, quần áo… cũng được bày bán khá nhiều.

11 물건구매(2)
Mua sắm : Đổi hoặc trả lại

Hội thoại

판매원 : 안녕하세요? 무엇을 도와드릴까요?
an-niơng-ha-sê-iô   mu-ơ-sưl đô-oa-đư-ril-ca-iô

롱 :   제가 어제 여기서 이 운동화를 샀는데 너무 작아요.
jê-gha ơ-jê iơ-ghi-sơ i un-đông-hoa-rưl san-nưn-đê nơ-mu ja-ga-iô

       혹시 환불이나 교환 가능한가요?
       hôc-si hoan-bu-ri-na ghiô-hoan ga-nưng-han-ga-iô

판매원 : 잠시만요. 고객님 죄송합니다만 이 상품은
jam-si-man-iô   gô-ghec-nim juê-sông-ham-ni-đa-man i-sang-pu-mưn

       세일 상품이라 환불은 안되고 교환만 가능합니다.
       sê-il sang-pu-mi-ra hoan-bu-lưn an-đuê-gô ghiô-hoan-man ga-nưng-ham-ni-đà

롱 :   모양도 별로 맘에 안 들어서 다른 상품으로 교환해도 될까요?
mô-iang-đô biơl-rô ma-mê an đư-rơ-sơ đa-rưn sang-pu-mư-rô ghiô-hoan-he-đô đuêl-ca-iô

판매원 : 네. 다른 상품으로 교환 가능합니다.
nê đa-rưn sang-phu-mư-rô ghiô-hoan ga-nưng-ham-ni-đà

       영수증 가지고 오셨지요? 이쪽으로 오세요.
       iơng-su-jưng ga-ji-gô ô-siớt-ji-iô   i-jjô-gư-rô ô-sê-iô

Bản dịch

Người bán hàng : Xin chào, tôi có thể giúp gì cho anh?

Long :   Hôm qua tôi đã mua đôi giày thể thao này ở đây nhưng nó nhỏ quá.
                   Tôi có thể đổi hoặc trả lại được không?

Người bán hàng : Chờ một chút ạ. Xin lỗi quí khách nhưng hàng này là hàng được
                   giảm giá nên không được trả lại, chỉ đổi được thôi ạ.

Long :   Tôi không thích cả kiểu dáng nữa nên muốn đổi sang kiểu khác được không?

Người bán hàng : Dạ được, đổi sang kiểu khác được ạ.
                   Anh mang theo hoá đơn chứ ạ? Xin anh lại phía này ạ.

Chú thích hội thoại

1. 제가 어제 여기서 이 운동화를 샀는데 너무 작아요.

Hôm qua tôi đã mua giày thể thao này ở đây nhưng nó nhỏ quá.

Câu này vốn được cấu thành từ 2 câu, từ liên kết '-는데' kết nối 2 câu sau

Câu thứ nhất : 제가 어제 여기서 이 운동화를 샀어요. + Câu thứ hai: (운동화가) 너무 작아요.

Từ liên kết -는데 là dạng rút gọn của từ 그런데, 근데 dùng trong câu có ý nghĩa đối lập với câu trước hoặc khi chuyển chủ đề nói chuyện, tương đương với 'nhưng' trong tiếng Việt.

Ví dụ : 배가 고픈데 밥 먹을 시간이 없다. Đói bụng nhưng không không có thời gian để ăn.

Chúng ta hãy xem những từ liên kết khác như 그리고, 그러나/그렇지만

1) 그리고 là từ liên kết được dùng để kết nối hai câu hoặc hai vế ngang hàng nhau hoặc chỉ thứ tự, tương đương với 'và' hoặc 'với'. Dạng rút gọn là '-하고, -고'.

   Ví dụ : 이 옷은 예쁘다. 그리고 나한테 잘 어울린다. = 이 옷은 예쁘고 나한테 잘 어울린다.

   Cái áo này đẹp và hợp với mình.

2) 그러나/그렇지만/하지만 được dùng khi câu thứ 2 có ý nghĩa đối ngược với câu trước, những liên từ này cũng giống với '그런데' nhưng '그런데' thường dùng trong văn nói, có nghĩa là 'tuy nhiên, tuy là ..' hoặc 'nhưng, nhưng mà'. Dạng rút gọi là '-지만'

   Ví dụ : 이 가방은 비싸다. 그러나 잘 팔린다. = 이 가방은 비싸지만 잘 팔린다.

   Túi này đắt nhưng bán rất chạy.

 Từ vựng mới

도와드리다 đô-oa-đư-ri-đà Giúp, giúp cho (Kính ngữ của 도와주다)

어제 ơ-jê Hôm qua

여기서 iơ-ghi-sơ Ở đây (Rạng rút gọn của 여기 에서)

이 i Này

운동화 un-đông-hoa Giày thể thao

사다 sa-đà Mua

환불 hoan-bul Trả lại tiền

교환 ghiô-hoan Đổi

가능하다 ga-nưng-ha-đà Được, có khả năng

잠시만 jam-si-man Chờ một chút

고객님 gô-ghec-nim Quí khách

죄송하다 juê-sông-ha-đà Xin lỗi

상품 sang-pum Hàng hoá, sản phẩm

세일 sê-il Giảm giá, hạ giá

안 된다 an đuên-đà Không được

모양 mô-iang Kiểu dáng

별로 biơl-rô Không đẹp lắm, không tốt lắm, bình thường

맘에 안 든다 ma-mê an đưn-đà Không hài lòng

다른 đa-rưn Khác

남성 nam-sơng Đàn ông, giới nam

이쪽 i-jjôc Bên này, phía này

영수증 iơng-su-jưng Hoá đơn, biên lai

가지고 오다 ga-ji-gô ô-đà Mang đến

Các biểu hiện chính

☑ **어서 오세요. 또 오셨네요?** Xin mời vào. Anh lại đến ạ.
ơ-sơ ô-sê-iô   tô ô-siơt-nê-iô

☑ **네, 어제 여기서 여행가방을 샀는데 하루 만에 고장이 났어요.**
nê ơ-jê iơ-ghi-sơ iơ-heng-ga-bang-ưl sat-nưn-đê ha-ru ma-nê gô-jang-i nat-sơ-iô

Vâng, hôm qua tôi đã mua cái vali ở đây nhưng bị hỏng chỉ trong một ngày.

> **Tip** 하루 만에 : Từ chỉ thời gian + 만에 có nghĩa là theo người nói thời gian này không dài mà quá
> ngắn và ít. Còn từ 밖에 là đồng nghĩa với từ –만에 nhưng chỉ được sử dùng trong câu phủ định.
> *Ví dụ :* 취직한 지 한 달 만에 그만두다. Xin được việc rồi mà chỉ trong một tháng thôi đã nghỉ.
> 한국에 온 지 한 달밖에 안됐다. Sang Hàn Quốc mới chỉ được một tháng thôi.

☑ **이미 사용하셨나요?** Anh đã sử dụng rồi phải không ạ?
i-mi sa-iông-ha-siơt-na-iô

> **Tip** Từ 이미 là phó từ chỉ thời gian, đứng trước động từ để chỉ hành động nào đó đã xảy ra rồi, có
> nghĩa là 'đã, trước'.
> *Ví dụ :* 이미 알고 있어요. Tôi đã biết trước rồi.

☑ **아니요, 환불 가능한가요?** Không, trả lại tiền được không ạ?
a-ni-iô   hoan-bul ga-nưng-han-ga-iô

☑ **네, 영수증 가져오셨으면 환불해 드릴게요.**
nê iơng-su-jưng gha-jiơ-ô-siơt-sư-miơn hoan-bul-he đư-ril-kê-iô

Dạ, vâng. Nếu anh mang hoá đơn thì tôi sẽ hoàn lại tiền cho ạ.

☑ **안녕하세요. 지난주 이 시계를 샀는데 친구가 맘에 안 든다고 해서 바꾸러 왔어요.**
an-niơng-ha-sê-iô ji-nan-ju i-si-ghiê-rưl sát-nưn-đê chin-gu-ga ma-mê an đưn-đa-gô he-sơ ba-cu-rơ oat-sơ-iô

Xin chào. Tôi đã mua cái đồng hồ này tuần trước rồi nhưng bạn tôi không thích
nên tôi muốn đổi ạ.

☑ **네, 어떤 디자인으로 바꿔드릴까요?** Dạ, chị muốn đổi sang kiểu nào ạ?
nê ơ-tơn đi-ja-i-nư-rô ba-cuơ-đư-ril-ca-iô

☑ **전자시계로 다시 보여주세요.** Cho tôi xem lại chiếc đồng hồ điện tử.
jơn-ja-si-ghiê-rô đa-si bô-iơ-ju-sê-iô

☑ **전자시계는 가격이 더 비싸서 추가로 지불하셔야 해요.**
jơn-ja-si-ghiê-nưn ga-ghiơ-ghi đơ bi-sa-sơ chu-ga-rô ji-bul-ha-siơ-ia he-iô

Đồng hồ điện tử giá cao hơn nên chị phải trả thêm ạ.

> **Tip** 추가로 : Từ này là phó từ đứng trước động từ có nghĩa là '–thêm, hoặc '-nữa'.
> *Ví dụ :* 추가로 주문하다. Gọi thêm.
> 밥 추가. Thêm cơm.

☑ **여보세요, 고객센터입니다. 무엇을 도와드릴까요?**
iơ-bô-sê-iô gô-ghec-sen-thơ-im-ni-đà mu-ơ-sưl đô-oa-đư-ril-ca-iô

A lô, trung tâm chăm sóc khách hàng xin nghe ạ. Tôi có thể giúp gì cho anh ạ?

☑ **3일 전에 책을 주문했는데 언제 배송될까요?**
sa-mil jơ-nê che-gưl ju-mun-het-nưn-đê ơn-jê be-sông-đuêl-ca-iô

3 ngày trước, tôi đã đặt sách rồi, khi nào thì hàng sẽ được giao ạ?

> **Tip** Từ 배송되다 là 비 bị động của từ 배송하다. Cách thể hiện bị động trong tiếng Hàn khá là đa dạng. Một số động từ có đuôi là 一하다 như '발전하다 phát triển', '시행하다 thi hành', '환전하다 đổi tiền' v.v…thì trở thành dạng 발전되다, 시행되다, 환전되다.

☑ **아, 네. 고객님 성함과 전화번호 뒤 네 자리를 알려주세요.**
a nê   gô-ghec-nim sơng-ham-goa jơn-hoa-bơn-hô đui nê ja-ri-rưl al-riơ-ju-sê-iô

À, vâng ạ. Xin anh cho biết họ tên và 4 số cuối điện thoại của anh ạ.

> **Tip** Từ 성함 có nghĩa là tên, là kính ngữ của từ 이름.

☑ **네. 이름은 남은우, 1735입니다.**   Vâng. Tôi tên là Nam En-woo và 1735 ạ.
nê i-rư-mưn nam-ưn-u il-chi-sam-ô-im-ni-đà

> **Tip** Khi đọc số điện thoại thì đọc từng số một.

☑ **네, 남은우 고객님. 오늘 배송 출발해서 내일 오후에 도착 예정입니다.**
nê nam-ưn-u gô-ghec-nim ô-nưl be-sông chul-bal-he-sơ ne-il ô-hu-ê đô-chăc iê-jơng-im-ni-đà

À, Quí khách. Hôm nay đã bắt đầu giao hàng và chiều mai sẽ đến nơi ạ.

☑ **죄송합니다. 상품 준비가 늦어져서 내일 오후에 배송 시작 예정입니다.**
juê-sông-ham-ni-đà sang-pum jun-bi-ga nư-jơ-jơ-sơ ne-il ô-hu-ê be-sông si-jac iê-jơng-im-ni-đà

Xin lỗi anh ạ. Vì việc chuẩn bị hàng bị trễ nên chiều mai mới bắt đầu giao hàng ạ.

☑ **안녕하세요? 주문한 상품이 잘못 왔어요.**
an-niơng-ha-sê-iô ju-mun-han sang-pu-mi jal-môt oat-sơ-iô

Chào chị ạ. Sản phẩm tôi đã đặt bị giao nhầm rồi ạ.

☑ **청바지 27 사이즈를 시켰는데 26이 왔어요.**
chơng-ba-ji i-sip-chil sa-i-jư-rưl si-khiớt-nưn-đê i-sip-iu-ghi oat-sơ-iô

Tôi đã yêu cầu quần jean cỡ 27 nhưng nhận được cỡ 26.

> **Tip** Từ '시키다' có hai nghĩa, nghĩa thứ nhất là "sai ai việc gì", thường là người lớn hơn hoặc chức vụ cao hơn sai người nhỏ tuổi hơn hoặc người cấp dưới. Còn nghĩa thứ hai là "gọi hàng ở cửa hàng hoặc trực tuyến, gọi món ở quán ăn", tương đương với từ '주문하다 gọi, đặt'
> *Ví dụ :* 엄마가 우유 사 오라고 시켰다. Mẹ đã sai (con) mua sữa về.
> 뭐 시킬래? (식당에서) Em muốn gọi món gì?

☑ **고객님 불편을 드려 죄송합니다.** Xin lỗi quí khách vì sự bất tiện này ạ.
gô-ghec-nim bul-piơ-nưl đư-riơ juê-sông-ham-ni-đà

> **Tip** Câu "죄송하다" và "미안하다" được dùng để biểu hiện cảm giác xin lỗi, ái náy của người nói nhưng câu "죄송하다" lịch sự và trang trọng hơn.

☑ **네, 다시 받으려면 얼마나 걸리나요?** Vâng, tôi chờ bao lâu nữa thì được nhận lại ạ?
nê đa-si ba-đư-riơ-miơn ơl-ma-na gơl-ri-na-iô

> **Tip** 얼마나 걸리다 : Cụm từ này có nghĩa là "mất bao lâu" và được dùng khi hỏi về thời gian cần có. Cũng có thể nói là "얼마나 소요되다".

☑ **박스에 재포장하셔서 발송 주소로 보내주시면 교환해 드리겠습니다.**
bac-sư-ê je-po-jang-ha-siơ-sơ bal-sông ju-sô-rô bô-ne-ju-si-miơn ghiô-hoan-he đư-ri-ghet-sưm-ni-đà

Nếu anh đóng gói lại vào hộp rồi gửi đến địa chỉ đã gửi hàng thì chúng tôi sẽ đổi hàng cho ạ.

Từ vựng mới

또 tô	Lại	고객님 gô-ghec-nim	Quí khách
여행가방 iơ-heng-ga-bang	Cái vali	성함 sơng-ham	Họ và tên
하루 ha-ru	Một ngày	전화번호 jơn-hoa-bơn-hô	Số điện thoại
고장나다 gô-jang-na-đà	Bị hư, bị hỏng	뒤 đui	Sau
이미 i-mi	Đã, trước	자리 ja-ri	Chỗ
사용하다 sa-iông-ha-đà	Sử dụng	알려주다 al-riơ-ju-đà	Cho biết
시계 si-ghiê	Đồng hồ	이름 i-rưm	Tên
어떤 ơ-tơn	Nào	출발하다 chul-bal-ha-đà	Xuất phát, khởi hành
디자인 đi-ja-in	Thiết kế, mẫu, kiểu	도착 đô-chăc	Đến nơi, tới, đến
전자시계 jơn-ja-si-ghiê	Đồng hồ điện tử	예정이다 iê-jơng-i-đà	Định, định sẽ
다시 đa-si	Lại	준비 jun-bi	Chuẩn bị
가격 ga-ghiơc	Giá cả	늦다 nưt-tà	Muộn
더 đơ	Hơn	시작 si-jac	Bắt đầu
비싸다 bi-sa-đà	Đắt, mắc	잘못 jal-môt	Nhầm
추가로 chu-ga-rô	Thêm, nữa	청바지 chơng-ba-ji	Quần jeans, quần bò
지불하다 ji-bul-ha-đà	Trả tiền	시키다 si-khi-đà	Gọi, sai
~해야 한다 he-ia han-đà	Phải + động từ	불편 bul-piơn	Bất tiện
여보세요 iơ-bô-sê-iô	A lô	드리다 đư-ri-đà	Cho (Kính ngữ của 주다)
고객센터 gô-ghec-sên-thơ	Trung tâm chăm sóc khách hàng	받다 bat-tà	Nhận
삼일 전 sa-mil-jơn	3 ngày trước	~하려면 ha-riơ-miơn	Để ~
책 chec	Sách	박스 bac-sư	Hộp, thùng
주문하다 ju-mun-ha-đà	Gọi hàng, đặt hàng	재 je	Lại, tái
배송되다 be-sông-đuê-đà	Được giao hàng	포장하다 po-jang-ha-đà	Đóng gói
언제 ơn-je	Khi nào, bao giờ	주소 ju-sô	Địa chỉ
		보내다 bô-ne-đà	Gửi

Bài luyện

1. **Điền vào từ thích hợp vào chỗ trống.**

a. (   )? Tôi có thể giúp gì cho anh?

b. 혹시 (   ) 가능한가요?

    Tôi có thể đổi hoặc trả lại được không?

c. (   ) 다른 상품으로 교환해도 될까요?

    Tôi không thích kiểu này nữa nên muốn đổi sang hàng khác được

    không?

d. (   ) 가지고 오셨지요? Anh mang theo hoá đơn chứ?

2. **Dịch sang tiếng Việt.**

a. 사용한 지 일주일 만에 고장났다.

b. 불편을 드려 죄송합니다.

c. 회사로 배송해 주세요.

d. 회사까지는 얼마나 걸리나요?

3. **Hãy chọn câu sự liên kết giữa tiếng Hàn và tiếng Việt không**
đúng.

a. 교환하다 − Đổi

b. 환불하다 − Trả lại

c. 배송하다 − Giao hàng

d. 지불하다 − Nhận lại tiền

1. a. 무엇을 도와 드릴까요   b. 환불이나 교환   c. 모양도 별로 맘에 안 들어서   d.영수증   2. a. Đã chỉ sử dụng được một tuần thôi mà bị hỏng.   b. Xin lỗi vì sự bất tiện này.   c. Hãy giao hàng đến công ty nhé.   d. Đến công ty mất bao lâu?   3. (d)

Từ vựng

Quần áo và màu sắc

티셔츠 Áo thun
thi-siơ-chư

와이셔츠 Áo sơ mi
oa-i-siơ-chư

자켓 Áo jacket
ja-khét

코트 Áo khoác
khô-thư

원피스 Áo váy đầm
uôn-pi-sư

스웨터 Áo len
sư-uê-thơ

바지(팬츠) Quần
ba-ji(pen-chư)

치마(스커트) Váy
chi-ma(sư-khơ-thư)

셔츠 siơ-chư Áo sơ mi

겉옷 gơ-đôt Áo ngoài

숙녀복 suc-niơ-bôc Quần áo phụ nữ

아동복 a-đông-bôc Quần áo trẻ em

신사복 sin-sa-bôc Quần áo đàn ông

반팔 ban-pal Áo ngắn tay

긴팔 ghin-pal Áo dài tay

조끼 jô-ki Áo gilê, áo ghi-lê

잠옷 ja-môt Áo ngủ

수영복 su-iơng-bôc Áo bơi

비옷/레인코트 bi-ôt/rê-in-khô-thư Áo mưa

남방 nam-bang Áo sơ mi

나시 na-si Áo hai dây

블라우스 bưl-la-u-sư Áo canh

반바지 ban-ba-ji Quần soóc, quần ngắn

청바지 chơng-ba-ji Quần jeans, quần bò

면바지 miơn-ba-ji Quần kaki

미니스커트 mi-ni-sư-khơ-thư Váy ngắn

롱스커트 lông-sư-khơ-thư Váy dài

드레스 đư-rê-sư Áo dạ hội

양복 iang-bôc Áo com lê, áo vét

한복 han-bôc Hanbok, trang phục truyền thống
Hàn Quốc

팬티 pen-thi Quần lót

브라(자) bư-ra-ja Áo ngực, áo nịt ngực

신발 sin-bal Giày dép

구두 gu-đu Giày

하이힐 ha-i-hil Giày cao gót

부츠 bu-chư Bốt, giày boots

스카프 sư-kha-phư Khăn quàng cổ

앞치마 ap-chi-ma Tạp giề

벨트 bêl-thư Thắt lưng

Câu chuyện thú vị về Hàn Quốc

Tiền tệ Hàn Quốc

Đồng Won Hàn Quốc tên tiếng Anh là South Korean Won, ký hiệu viết tắt là KRW và có giá trị không cách quá xa so với tiền Đồng của Việt Nam

• **1 Won Hàn Quốc bằng bao nhiêu VND**

Theo tỉ giá mới nhất thì: 1 won = 1 KRW = 20.280 VND.

• **Hướng dẫn đổi tiền Won Hàn Quốc**

Won Hàn Quốc là tiền tệ Hàn Quốc (Hàn Quốc, KR, KOR). Ký hiệu KRW có thể được viết W, và ₩. Ký hiệu Hàn Quốc Won được chia thành 100 chon.

Lưu ý: Không mang theo tiền Việt khi đi du lịch hay du học Hàn Quốc vì VND không sử dụng được ở đất nước xứ sở kim chi. Các bạn nên chuẩn bị tiền đô USD hoặc Won Hàn Quốc – KRW trước chuyến đi du lịch.

• **Các mệnh giá đang áp dụng trong lưu thông**

- 1 Won: tiền kim loại bằng nhôm, màu trắng.

- 5 Won: tiền kim loại bằng hợp kim đồng và kẽm, màu vàng.

- 10 Won: tiền kim loại bằng hộp kim đồng và kẽm màu vàng hoặc hợp kim đồng và nhôm màu hồng.

- 50 Won: tiền kim loại bằng hợp kim đồng, nhôm và nickel, màu trắng.

- 100 Won: tiền kim loại bằng hợp kim đồng và nickel, màu trắng.

- 500 Won: tiền kim loại bằng hợp kim đồng và nickel, màu trắng.

- 1.000 Won: tiền giấy, màu xanh da trời.

- 5.000 Won: tiền giấy, màu nâu đỏ.

- 10.000 Won: tiền giấy, màu xanh lá cây.

- 50.000 Won: tiền giấy, màu vàng

12

식당
Nhà hàng

Hội thoại

성재 : 오늘 점심 뭐 먹을까요?
ô-nưl jơm-sim mua mơ-gưl-ca-iô

하 : 저는 뭐든지 다 좋은데…. 그러면, 오늘은 한식 어때요?
jơ-nưn mua-đưn-ji đa jô-ưn-đê   gư-rơ-miơn ô-nư-rưn han-sic ơ-te-iô

(식당에서)

종업원 : 어서 오세요, 몇 분이신가요?
ơ-sơ ô-sê-iô   miơt bun-i-sin-ga-iô

성재 : 두 명입니다.
đu-miơng-im-ni-đà

종업원 : 네, 이쪽으로 오세요. 뭘 드시겠어요?
nê i-jjôt-gư-rô ô-sê-iô   muơl đư-si-ghêt-sơ-iô

하 : 저는 불고기 먹을게요. 성재 씨는요?
jơ-nưn bul-gô-ghi mơ-gưl-kê-iô   sung-je si-nưn-iô

성재 : 저는 된장찌개 주세요.
jơ-nưn đuên-jang-jji-ghe ju-sê-iô

종업원 : 네, 잠시만 기다리세요.
nê jam-si-man ghi-đa-ri-sê-iô

Bản dịch

Sung-jae :　Trưa nay chúng ta ăn gì nhỉ?

Hà :　Tôi thì món nào cũng được…. Thế thì, hôm nay chúng ta đi ăn món Hàn Quốc thế nào?

(Ở nhà hàng)

Người phục vụ : Xin mời vào. Anh chị có mấy người ạ?

Sung-jae :　Hai người ạ.

Người phục vụ : Vâng, anh chị hãy đến phía này ạ! Các anh chị dùng gì ạ?

Hà :　Tôi sẽ ăn món bulgogi. Còn anh Sung-jae?

Sung-jae :　Cho tôi canh đậu tương.

Người phục vụ : Vâng, xin anh chị chờ một chút ạ.

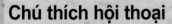
Chú thích hội thoại

1. 저는 뭐든지 다 좋은데 Tôi thì món nào cũng được....

Cấu trúc "đại từ nghi vấn + (이)든지 다 + động từ .... " được sử dụng để biểu thị ý nghĩa "tất cả mọi .....đều...." hoặc "đại từ nghi vấn nào/gì cũng + động từ......".

Các đại từ nghi vấn trong tiếng Hàn như 누구, 언제, 어디, 무엇 kết hợp với -(이)든지 thì thành cụm từ sau: 누구든지 ai cũng, 언제든지 bao giờ cũng, 어디든지 đâu cũng, 무엇이든지 gì cũng (Dạng rút gọn của 무엇이든지 là 뭐든지). Cụm từ này có thể trở thành chủ ngữ và bổ ngữ.

Ví dụ : 언제든지 (다) 가능해! Khi nào cũng được!

무엇이든지(뭐든지) 다 물어보세요! Bạn hỏi gì cũng được nhé!

누구든지 다 좀 만나봐! Dù là ai thì cũng hãy thử gặp hết đi nhé!

2. 저는 불고기 먹을게요. Tôi sẽ ăn món bulgogi nhé.
저는 된장찌개 주세요. Cho tôi món canh đậu trương.

Khi gọi món ăn, người Hàn Quốc thường nói rất đơn giản như sau: "삼겹살 2인분이요. Cho tôi hai suất thịt ba chỉ nhé." "녹차아이스크림 한 개 주세요. Cho tôi 1 kem trà xanh.".

Trật tự câu sẽ là : Tên món ăn + số lượng + (Đơn vị) + 주세요/이요.

Từ vựng mới

점심 jơm-sim Bữa trưa, trưa	**식당** sic-tang Nhà hàng
뭐 muơ Gì, nào	**종업원** jông-ơp-uơn Người phục vụ
먹다 mơc-tà Ăn	**분** bun Vị, người
한식 han-sic Món ăn Hàn Quốc	**드시다** đư-si-đà Dùng (Kính ngữ của từ 먹다)
밥상 bap-sang Bàn ăn	**불고기** bul-gô-ghi Bul-go-gi
거기 gơ-ghi Đó, đấy	**된장찌개** đuên-jang-jji-ghe Canh đậu tương
맛있다 ma-sit-ta Ngon	**기다리다** ghi-đa-ri-đà Chờ, đợi

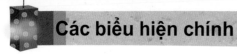

Các biểu hiện chính

☑ **어서 오세요. 뭐 드릴까요?** Xin mời vào, anh chị dùng gì ạ?
ơ-sơ ô-sê-iô   mươ đư-ril-ca-iô

☑ **갈비찜 하나, 꽃게탕 하나 주세요.** Cho tôi một Sườn hầm và một lẩu cua nhé.
gal-bi-jjim ha-na cốt-kê-thang ha-na ju-sê-iô

> **Tip** Sườn hầm (được gọi là món galbichim) là một món ăn nổi tiếng ở Hàn Quốc. Từ ngày xưa, món ăn này luôn có trong mâm cỗ của người Hàn Quốc vào các dịp lễ Tết như Tết âm lịch, Trung thu.

☑ **갈비찜 2인분부터 됩니다.** Sườn hầm chỉ được phục vụ từ 2 suất trở lên ạ.
gal-bi-jjim i-in-bun-bu-thơ đuêm-ni-đà

> **Tip** 2인분 : Số từ + 인분 có nghĩa là mấy suất. Ở Hàn Quốc, nhiều quán ăn bán món ăn theo suất.

☑ **아, 네, 그러면 갈비찜 2인분으로 주세요.**
a nê gư-rơ-miơn gal-bi-jjim i-in-bun-ư-rô ju-sê-iô

À, vâng, thế thì cho tôi hai suất Sườn hầm.

☑ **후식 어떻게 드릴까요?** Chị muốn dùng món tráng miệng gì ạ?
hu-sic ơ-tơt-khê đư-ril-ca-iô

> **Tip** 후식 là món tráng miệng, còn được gọi là 디저트, thường là nước gạo, nước quế, hoa quả, bánh kẹo v.v…

☑ **수정과와 식혜가 있어요.** Có nước quế và nước gạo ạ.
su-jơng-goa-oa si-khê-ga it-sơ-iô

☑ **수정과 식혜 하나씩 주세요.** Cho tôi nước quế và nước gạo từng thứ một.
su-jơng-goa si-khê ha-na-sic ju-sê-iô

> **Tip** Từ 하나씩 có nghĩa là từng cái một, cũng có thể nói là 한개씩, còn '한 + danh từ + 씩' có thể dịch ra tiếng Việt là 'từng + danh từ + một'.
> *Ví dụ :* 한 사람씩 Từng người một.

☑ **메뉴판 좀 주세요.** Cho tôi xem thực đơn.
me-niu-pan jôm ju-sê-iô

☑ **네, 잠시만요. 여기 있습니다.** Dạ, chờ một tí ạ. Đây ạ.
nê jam-si-man-iô iơ-ghi it-sưm-ni-đà

☑ **저희 자장면 두 개, 탕수육 소 자 하나 주세요.**
jơ-hưi ja-jang-miơn đu ghe thang-su-iuc sô jja ha-na ju-sê-iô

Cho tôi 2 mì đen và 1 đĩa thịt lợn chua ngọt nhỏ nhé.

> **Tip** 소, 중, 대 : Khi gọi món, nói về kích cỡ đĩa, suất v.v… thì dùng từ 소 nhỏ, 중 trung bình, 대 lớn.

☑ **음료는 어떻게 하실 거예요?** Anh chị muốn uống gì?
ưm-niô-nưn ơ-tơ-khê ha-sil gơ-iê-iô

☑ **사이다 한 병, 콜라 한 병 주세요.** Cho 1 chai bảy úp và 1 chai cô-la.
sa-i-đa han-biơng khôl-la han-biơng ju-sê-iô

☑ **저희 가게는 선불입니다.** Cửa hàng chúng tôi phải trả trước ạ.
jơ-hưi ga-ghê-nưn sơn-bul-im-ni-đà

> **Tip** Từ 선불 có nghĩa là là cần trả tiền trước khi ăn, từ trái nghĩa là 후불 trả sau.

☑ **김치와 물은 셀프입니다.** Kimchi và nước uống là tự phục vụ ạ.
gim-chi-oa mu-lưn sel-pư-im-ni-đà

> **Tip** 셀프 : Ở Hàn Quốc, nhiều nhà hàng, quán ăn, nhân viên chỉ phục vụ lần đầu, còn thức ăn đi kèm như kimchi, kimchi vàng, nước uống... khách sẽ phải tự ra quầy tự phục vụ lấy thêm nếu hết.

☑ **주문하시겠어요?** Anh gọi món gì ạ?
ju-mun-ha-si-ghêt-sơ-iô

☑ **아이스 카페라떼 한 잔, 녹차라떼 한 잔 주세요.**
a-i-sư kha-phê-ra-tê han-jan nôc-cha-ra-tê han-jan ju-sê-iô

Cho tôi một ly cà phê sữa đá và 1 ly trà xanh sữa ạ.

☑ **녹차라떼 뜨거운 걸로 하시나요? 아니면 차가운 걸로 하시나요?**
nôc-cha-ra-tê tư-gơ-un gol-rô ha-si-na-iô a-ni-miơn cha-ga-un gơl-rô ha-si-na-iô

Trà xanh sữa là trà nóng hay trà đá ạ?

☑ **아이스로 주세요.** Cho tôi trà xanh sữa đá.
a-i-sư-rô ju-sê-iô

☑ **죄송한데 주문한 케이크 아직 안 나왔어요.**
juê-sông-han-đê ju-mun-han khe-i-khư a-jic an na-oat-sơ-iô

Xin lỗi nhưng bánh ngọt tôi gọi vẫn chưa ra ạ.

☑ **저기요, 젓가락 한 벌 더 갖다 주세요.** Cô ơi, cho tôi một đôi đũa nữa nhé.
jơ-ghi-iô jơt-ka-rac han bơl đơ gat-ta ju-sê-iô

> **Tip** Từ 벌 là từ chỉ đơn vị của những đồ vật có cả đôi và cả bộ như áo, đũa...
> *Ví dụ :* 옷 한 벌 Một bộ quần áo.

☑ **공깃밥 추가할게요.** Tôi sẽ thêm cơm trắng nhé.
gông-ghit-bbap chu-ga-hal-kê-iô

☑ **물티슈랑 냅킨 좀 갖다 주세요.** Cho tôi khăn ướt và khăn giấy nhé.
mul-thi-siu-rang nep-khin jôm gat-ta ju-sê-iô

☑ **더 주문하실 거 있으세요?** Anh chị có gọi thêm gì nữa không ạ?
đơ ju-mun-ha-sil gơ it-sư-sê-iô

☐ **아니요, 없습니다. 물 좀 더 주세요.** Không, không có ạ. Cho tôi thêm nước.
  a-ni-iô ơp-sưm-ni-đà   mul jôm đơ ju-sê-iô

☐ **너무 많이 먹어서 배불러요.** Ăn nhiều quá nên no bụng rồi.
  nơ-mu ma-ni mơ-gơ-sơ be-bul-lơ-iô

☐ **그래요? 나는 아직 배고픈데.** Vậy hả, tôi vẫn thấy đói mà nhỉ.
  gư-rẻ-iô   na-nưn a-jic be-gô-pưn-đê

☐ **김치가 너무 매워요.** Kimchi cay quá.
  gim-chi-ga nơ-mu me-uơ-iô

☐ **한국 음식은 정말 맛있어요.** Món ăn Hàn Quốc ngon thật.
  han-guc ưm-si-gưn jơng-mal ma-sit-sơ-iô

☐ **커피가 쓰네요.** Cà phê đắng nhỉ.
  khơ-phi-ga sư-nê-iô

Từ vựng mới

드리다 đư-ri-đà Cho (Kính ngữ của từ 주다)
갈비찜 gal-bi-jjim Sườn hầm
하나 ha-na Một
꽃게탕 cốt-kê-thang Lẩu cua
2인분 i-in-bun 2 suất
수정과 su-jơng-goa Nước quế
식혜 si-khê Nước gạo
하나씩 ha-na-sic Từng cái một, từng thứ một
메뉴판 me-niu-pan Thực đơn, menu
자장면 ja-jang-miơn Mì đen
탕수육 thang-su-iuc Thịt lợn chua ngọt
음료 ưm-niô Đồ uống
사이다 sa-i-đa Bảy úp
병 biơng Chai
콜라 khôl-la Cô-la, côca côla
가게 ga-ghê Nhà hàng, cửa hàng, quán ăn
선불 sơn-bul Trả trước
셀프 sel-pư Tự phục vụ
물 mul Nước
주문하다 ju-mun-ha-đà Gọi món
아이스 a-i-sư Đá

카페라떼 kha-phê-ra-tê Cà phê sữa đá
녹차라떼 nôc-cha-ra-tê Trà xanh sữa đá
뜨겁다 tư-gơp-tà Nóng
차갑다 cha-gap-tà Lạnh
케이크 khê-i-khư Bánh gato, bánh ngọt
아직 …아니다 a-jic …a-ni-đà Chưa, vẫn chưa
젓가락 jơt-ka-rac Đũa
갖다주다 gat-ta-ju-đà Đưa đến, mang đến, cho
공깃밥 gông-ghit-bbap Cơm trắng, bát cơm trắng
추가하다 chu-ga-ha-đà Thêm
물티슈 mul-thi-siu Khăn ướt
냅킨 nep-khin Khăn giấy
많이 ma-ni Nhiều
배부르다 be-bu-lư-đà No bụng
아직 a-jic Vẫn, còn
배고프다 be-gô-pư-đà Đói bụng
맵다 mep-tà Cay
음식 ưm-sic Món ăn, thức ăn
커피 khơ-phi Cà phê
쓰다 sư-đà Đắng

Bài luyện

note

• 분 : Người
• 먹다 : Ăn

1. **Điền vào từ thích hợp vào chỗ trống.**

a. 저는 (   ) 다 좋은데. Tôi thì món nào cũng được.

b. (   )? Mấy người ạ?

c. 이쪽으로 오세요. (   )?

　 Anh chị hãy đến phía này ạ! Các anh chị dùng gì ạ?

d. 저는 불고기 (   ). Tôi ăn món bulgogi nhé.

• 디저트 : Món tráng
　 miệng
• 김밥 : Kimbab
• 오렌지 주스 : Nước
　 cam
• 셀프 : Tự phục vụ

2. **Dịch sang tiếng Việt.**

a. 디저트 주세요.

b. 저희 김밥 한 줄과 라볶이 하나 주세요.

c. 오렌지 주스 있나요?

d. 물은 셀프입니다.

3. **Hãy chọn câu sự liên kết giữa tiếng Hàn và tiếng Việt không đúng.**

a. 맵다 − Cay

b. 짜다 − Rẻ

c. 달다 − Ngọt

d. 시다 − Chua

1. a. 뭐든지　b. 몇 분이신가요　c. 뭘 드시겠어요　d. 먹을게요　　2. a. Cho tôi món tráng miệng nhé.
b. Cho chúng tôi một kimbab và rabokki.　c. Có nước cam không ạ?　d. Nước thì tự phục vụ ạ.
3. (b)

Từ vựng

Vị, bộ đồ ăn, rau

밥그릇
bap-kư-rưt
Bát cơm, bát đựng cơm

접시 Đĩa
jơp-si

컵 Ly, cốc
khơp

젓가락 Đũa
jơt-ka-rac

마늘 Tỏi
ma-nưl

양파 Hành tây
iang-pa

당근 Cà rốt
đang-gưn

고추 Ớt
gô-chu

맛있다 ma-sit-tà Ngon

맛없다 mat-ơp-tà Dở

맵다 mep-tà Cay

짜다 jja-đà Mặn

달다 đal-đà Ngọt

싱겁다 sing-gơp-tà Nhạt

시다 si-đà Chua

느끼하다 nư-ki-ha-đà Ngấy, ngán

공기 gông-ghi Bát cơm

대접 đe-jơp Đĩa to

그릇 gư-rưt Bát, chén

숟가락/수저 sut-ka-rac/su-jơ Thìa, muỗng

칼 khal Dao

포크 pô-khư Nĩa, dĩa

감자 gam-ja Khoai tây

고구마 gô-gu-ma Khoai lang

오이 ô-i Dưa chuột

콩 không Đậu, đậu đỗ

버섯 bơ-sơt Nấm

토마토 thô-ma-thô Cà chua

호박 hô-bac Bí ngô

상추 sang-chu Xà lách

무 mu Củ cải

고수/향채 gô-su/hiang-che Rau thơm, rau mùi

콩나물 không-na-mul Giá đỗ

미나리 mi-na-ri Rau cần

생강 seng-gang Gừng

Món ăn Hàn Quốc ngon khó bỏ qua khi tới Hàn Quốc

1. Bulgogi

Món thịt bò xào Bulgogi là món ăn mà nguyên liệu chủ yếu là thịt bò được ướp với nước tương (xì dầu) và đường. Chính 2 gia vị này làm cho món ăn mềm và thơm – một hương vị mà ai cũng có thể cảm nhận được khi thưởng thức. Không chỉ phần lớn các du khách, mà đại đa số người dân Hàn Quốc cũng đều yêu thích món Bulgogi. Món ăn này có vị ngọt, nhiều nước và có thể chế biến chỉ trong một thời gian ngắn.

2. Bibimbap (Cơm trộn)

Nếu người Anh có sandwich, người Mỹ có hamburger và xúc xích thì người Hàn Quốc có Bibimbap và họ luôn tự hào: Đây là một món ăn hấp dẫn và tiêu biểu nhất của ẩm thực xứ Hàn.

Bibimbap là một tô cơm trộn bao gồm cơm trắng, các loại rau và thịt. Cơm trộn được chú ý trước hết bởi nghệ thuật pha trộn màu sắc: màu trắng của cơm, màu vàng của trứng, màu xanh của rau, màu nâu của thịt… Sự pha trộn này đã tạo nên cái tên "cơm trộn". Hiện nay, món cơm trộn đã thay đổi nhiều so với cơm trộn cổ truyền để có thể thích hợp với tất cả mọi người, chứ không chỉ riêng cho người Hàn Quốc.

3. Kimchi Hàn Quốc

Kimchi được xem như món ăn điển hình của ẩm thực Hàn Quốc. Ở Hàn, kimchi được dùng trong hầu hết các bữa ăn hằng ngày và là thành phần của nhiều món như: kimchi jjigae (canh kimchi), kimchi bokkeumbap (cơm chiên kim chi).

Hội thoại

응옥란 : **오늘 덕수궁에 놀러가고 싶은데 덕수궁은 어디에 있나요?**
ô-nưl đợc-su-gung-ê nôl-lơ-ga-gô si-pưn-đê đợc-su-gung-ưn ơ-đi-ê in-na-iô

지민 : **덕수궁은 시청역에 있어요. 지하철을 타고 가는 게 좋아요.**
đợc-su-gung-ưn si-chơng-iơ-ghê it-sơ-iô ji-ha-chơ-rưl tha-gô ga-nưn ghê jô-a-iô

응옥란 : **버스로 갈 수는 없나요?**
bơ-sư-rô gal-su-nưn ơm-na-iô

지민 : **472번 버스를 타면 갈 수 있어요.**
sa-chil-i-bơn bơ-sư-rưl tha-miơn gal su it-sơ-iô

하지만 지하철이 제일 빨라요.
ha-ji-man ji-ha-chơ-li jê-il bbal-la-iô

응옥란 : **광화문은 덕수궁에서 먼가요?**
guang-hoa-mu-nưn đợc-su-gung-ê-sơ mơn-ga-iô

지민 : **가까워요. 걸어서 갈 수 있어요.**
ga-ca-uơ-iô   gơ-lơ-sơ gal su it-sơ-iô

응옥란 : **걸어서 가면 얼마나 걸릴까요?**
gơ-lơ-sơ ga-miơn ơl-ma-na gơl-ril-ca-iô

지민 : **약 15분 정도요.**
iac sip-ô-bun jơng-đô-iô

Bản dịch

Ngọc Lan : Hôm nay tôi muốn đi chơi ở cung điện Deok-su, cung điện Deok-su ở đâu nhỉ?

Ji-min : Cung điện Deok-su ở ga Si-cheong. Bạn nên đi bằng tàu điện ngầm.

Ngọc Lan : Không đi được bằng xe buýt à?

Ji-min : Đi xe buýt số 472 thì có thể đến được. Nhưng tàu điện ngầm nhanh nhất.

Ngọc Lan : Quảng trường Gwang-hwa có xa cung điện Deok-su không?

Ji-min : Gần thôi. Có thể đi bộ đến được.

Ngọc Lan : Đi bộ thì mất bao lâu?

Ji-min : Khoảng 15 phút.

Chú thích hội thoại

1. 지하철을 타고 가는 게 좋아요. Bạn nên đi bằng tàu điện ngầm.

Khi đưa ra lời khuyên, cấu trúc –는 게 좋다 để nhắc nhở hay đưa ra lời khuyên một cách nhẹ nhàng. Cấu trúc này tương đương với "nên+động từ" hoặc "…..thì tốt hơn".

Ví dụ : 비행기를 타고 가는 게 좋다. Đi bằng máy bay thì tốt hơn.

Có nhiều cấu trúc đa dạng khi đưa ra lời khuyên như "–는 게 낫다 …..thì tốt hơn", "–아/어/여야 되다 nên +động từ".

Ví dụ : 김포공항에서 가는 게 낫다. Đi từ sân bay Kim-po thì tốt hơn.

여기서 버스 타고 가야 돼요. Từ đây nên đi xe buýt.

2. 버스로 갈 수는 없나요? Không đi được bằng xe buýt à?

Người Hàn Quốc thường dùng câu hỏi phủ định trong văn nói, đôi khi dùng để chỉ sự ngạc nhiên, diễn tả một lời cảm thán. Đuôi câu hỏi rất đa dạng theo câu phủ định.

Ví dụ : 오늘 춥지 않나요? Hôm nay không lạnh à?

여기가 명동역이 아닌가요? Đây không phải là ga Myeng-dong à?

아직도 못 끝냈나요? Vẫn chưa làm xong à?

Khi trả lời câu hỏi dạng câu hỏi này thì ta trả lời theo ý nghĩa của câu hỏi phủ định đó. Ví dụ câu hỏi '오늘 춥지 않나요?' thì nếu trả lời là '응/네' thì có nghĩa là không lạnh còn nếu trả lời là '아니, 아니요' thì có nghĩa là lạnh.

Từ vựng mới

덕수궁 đơc-su-gung Cung điện Deok-su	**하지만** ha-ji-man Nhưng
어디 ơ-đi Đâu	**광화문** guang-hoa-mun Gwanghwamun
～에 있다 -ê it-tà Ở, có ở	**멀다** mơl-đà Xa
역 iơc Ga	**걸어(서) 간다** gơ-lơ-(sơ) gan-đà Đi bộ đến
지하철 ji-ha-chơl Tàu điện ngầm	**얼마나** ơl-ma-na Bao lâu, bao nhiêu, bao xa
타다 tha-đà Lên, đi	**(시간이) 걸리다** (si-ga-ni) gơl-li-đà Mất (khoảng thời gian)
버스 bơ-sư Xe buýt	
번 bơn Số	**약** iac Khoảng
제일 jê-il Nhất	**분** bun Phút
빠르다 bba-rư-đà Nhanh	**정도** jơng-đô Chừng, khoảng

☑ **남대문 시장 여기서 어떻게 가요?** Từ đây đến chợ Namdaemun đi như thế nào ạ?
nam-đe-mun si-jang iơ-ghi-sơ ơ-tơ-khê ga-iô

> **Tip** 여기서 : Cụm từ chỉ địa điểm '여기 ở đây+ 에서' có nghĩa là 'từ đây' có thể rút gọn thành 여기서, và nó cũng tương đương với '여기부터'

☑ **회현역으로 가세요.** Hãy đến ga Hoehyeon nhé.
huê-hiơn-iơ-gư-rô ga-sê-iô

☑ **혹시 몇 번 출구로 나가야 되는지 아세요?**
hôc-si miơt-bơn chul-gu-rô na-ga-ia đuê-nưn-ji a-sê-iô

Anh có biết là phải đi ra cửa số mấy không?

> **Tip** '출구' là lối ra hoặc cửa số trong ga tàu điện ngầm, còn từ trái nghĩa là '입구' lối vào. Khi nói về các cửa ra vào của ga tàu điện ngầm thì thường nói theo thứ tự là "số cửa ra + 출구".

☑ **12번 출구로 나가면 돼요.** Đi ra cửa số 12 là được.
sip-i-bơn chl-gu-rô na-ga-miơn đuê-iô

> **Tip** 나가면 된다 : Cấu trúc '-(으)면 된다' có nghĩa là "…..là được" được dùng để thông báo, chỉ thị một việc nào đó.
> *Ví dụ* : 10번 출구 나가서 사람들에게 물어보시면 돼요. Sau khi ra cửa số 10, hỏi người ta là được.

☑ **104번, 7011번 버스 타고 가세요. 두 정거장이면 갑니다.**
bec-sa-bơn chil-chơn-sip-il-bơn bơ-sư tha-ghô ga-sê-iô đu jơng-gơ-jang-i-miơn gam-ni-đà

Đi xe buýt số 104, 7011 nhé. Chỉ có hai bến là đến.

> **Tip** Từ '정거장' có nghĩa là trạm, điểm đỗ, điểm dừng; nơi mà xe buýt hoặc tàu tạm dừng để hành khách lên và xuống, còn được gọi là '정류장'.

☑ **버스는 어디서 타죠?** Tôi có thể bắt xe buýt ở đâu ạ?
bơ-sư-nưn ơ-đi-sơ tha-jiô

☑ **서울역 환승센터에서 타세요.** Hãy đi xe buýt ở trạm trung chuyển ga Seoul.
sơ-ul-iơc hoan-sưng-sên-thơ-ê-sơ tha-sê-iô

☑ **홍대입구역에서 경복궁에 가고 싶어요.**
hông-đe-ip-ku-iơ-ghê-sơ ghiơng-bôc-kung-ê ga-gô si-pơ-iô

Tôi muốn đi từ ga Hongdeaipgu đến cung điện Cảnh Phúc.

☑ **을지로 3가역에서 3호선으로 갈아타세요.**
ưl-ji-rô sam-ga-iơ-ghê-sơ sam-hô-sơn-ư-rô ga-ra-tha-sê-iô

Hãy đổi tàu sang đường tàu số 3 ở ga Uljiro 3 ga.

> **Tip** Cấu trúc -(으)로 갈아타다 được dùng để biểu thị 'chuyển sang' hoặc 'đổi sang' phương tiện giao thông khác trong một chuyến đi.

☑ 을지로 3가에서는 얼마나 걸리나요? Từ ga Uljiro 3 ga thì mất bao lâu?
ưl-ji-rô sam-ga-ê-sơ-nưn ơl-ma-na gơl-li-na-iô

> **Tip** 얼마나 걸린다 : Trong tiếng Hàn, từ '얼마나' có thể được sử dụng khi hỏi về 'bao nhiêu, bao lâu, bao xa'.

☑ 세 정거장밖에 안 되니까 5분이면 갑니다. Chỉ có 3 ga tàu thôi nên đi mất có 5 phút.
sê jơng-gơ-jang-ba-kê an đuê-ni-ca ô-bun-i-miơn gam-ni-đà

☑ 남산타워 가고 싶은데 어떻게 가야 하죠?
nam-san-tha-uơ ga-gô si-pưn-đê ơ-tơ-khê ga-ia ha-jiô

Tôi muốn đi đến tháp núi Nam, tôi phải đi như thế nào?

☑ 세 명이면 택시 타고 가는 게 편하고 싸요. Nếu có 3 người thì đi tắc xi vừa tiện lại vừa rẻ.
sê-miơng-i-miơn thec-si tha-gô ga-nưn ghê piơn-ha-gô sa-iô

> **Tip** 편하고 싸다 : Cấu trúc – 하고 하다 tương đương với 'vừa ....vừa' trong tiếng Việt được dùng để biểu thị có hai trạng thái, đặc trưng cùng một lúc.
> *Ví dụ:* 예쁘고 귀엽다. Vừa xinh đẹp vừa đáng yêu.

☑ 택시는 어떻게 잡나요? Bắt tắc xi như thế nào?
thec-si-nưn ơ-tơ-khê jam-na-iô

☑ 주황색 해치 택시 지나가면 손 드시면 되고 아니면 택시 타는 곳이 있어요.
ju-hoang-sec he-chi thec-si ji-na-ga-miơn sôn-đư-si-miơn đuê-gô a-ni-miơn thec-si tha-nưn gô-si it-sơ-iô

Nếu tắc xi hae-chi màu da cam đi qua, hãy giơ tay lên hoặc có điểm bắt xe tắc xi.

> **Tip** 해치 택시 : Tắc xi này là tắc xi chỉ có ở thủ đô Seoul, có màu cam và có hình con haechi. Haechi là một con vật trong tưởng tượng có ý nghĩa bảo vệ và tránh nguy hiểm.

☑ 콜택시 부르셔도 됩니다. 번호는 1644–2255입니다.
khôl-thec-si bu-rư-siơ-đô đuem-ni-đà bơn-hô-nưn il-iuc-sa-sa i-i-ô-ô-im-ni-đà

Có thể gọi tắc xe qua điện thoại. Số điện thoại là 1644-2255.

> **Tip** 콜택시 : Ở Hàn Quốc có dịch vụ gọi tắc xi qua điện thoại, nếu dùng dịch vụ này thì phải trả thêm khoảng 1,000 uôn. Hiện nay nhiều người Hàn Quốc hay dùng ứng dụng gọi tắc xi miễn phí như '카카오 택시 Kakao taxi'.

☑ 택시 기본요금이 얼마인가요? Giá cước mở cửa tắc xi là bao nhiêu?
thec-si ghi-bôn-iô-gư-mi ơl-ma-in-ga-iô

☑ 일반 택시는 3,000원 모범택시는 5,000원입니다.
il-ban thec-si-nưn sam-chơn-uôn mô-bơm-thec-si-nưn ô-chơn-uôn-im-ni-đà

Tắc xi bình thường là 3.000 uôn còn tắc xi cao cấp là 5.000 uôn.

☑ 남산타워 가주세요. 시간이 얼마나 걸릴까요?
nam-san-tha-uơ ga-ju-sê-iô si-ga-ni ơl-ma-na gơl-ril-ca-iô

Hãy đi đến tháp núi Nam. Mất khoảng bao lâu nhỉ?

☐ **지금 조금 막히는데 20분 정도 걸릴 겁니다.**
ji-gưm jô-gưm ma-khi-nưn-đê i-sip-bbun jơng-đô gơl-ril kớp-ni-đà

Bây giờ hơi tắc đường một chút mất khoảng 20 phút ạ.

> **Tip** 길이 막히다 có nghĩa là kẹt xe hoặc tắc đường cũng có thể nói là 길이 정체되다, 교통체증을 빚다.

☐ **인천공항에는 어떻게 가야 하나요?**
in-chơn-gông-hang-ê-nưn ơ-tơ-khê ga-ia ha-na-iô

Đến sân bay Incheon như thế nào ạ?

☐ **리무진 버스도 있고 공항철도를 타고 가면 됩니다.**
ri-mu-jin bơ-sư-đô it-kô gông-hang-chơl-đô-rưl tha-gô ga-miơn đuêm-ni-đà

Cũng có xe buýt cao cấp và cũng có thể đi bằng đường sắt sân bay.

☐ **어디서 공항철도를 타죠?** Tôi có thể đi đường sắt sân bay ở đâu nhỉ?
ơ-đi-sơ gông-hang-chơl-đô-rưl tha-jiô

Từ vựng mới

남대문 nam-đe-mun Namdaemun
시장 si-jang Chợ
여기 iơ-ghi Đây, ở đây
어떻게 ơ-tơ-khê Thế nào
회현역 huê-hiơn-iơc Ga Hoehyeon
나가다 na-ga-đà Ra
~해야 된다 he-ia đuên-đà Nên, phải + động từ
알다 al-đà Biết
두 đu Hai
정거장 jơng-gơ-jang Bến, ga, trạm
어디서 ơ-đi-sơ Ở đâu
환승 hoan-sưng Đổi xe, chuyển xe
센터 sên-thơ Trung tâm
~하고 싶다 ha-gô sip-tà Muốn
홍대입구 hông-đe-ip-ku Hongdeaipgu
경복궁 ghiơng-bôc-kụng Cung điện Cảnh phúc
을지로 3가 ưl-ji-rô-sam-ga Uljiro 3 ga
3호선 sam-hô-sơn Đường tàu số 3
갈아타다 ga-ra-tha-đà Đổi xe
~밖에 안된다 ba-kê an-đuên-đà Chỉ ~ thôi
남산타워 nam-san-tha-uơ Tháp núi Nam
편하다 piơn-ha-đà Tiện, thuận tiện

싸다 sa-đà Rẻ
택시 잡다 thec-si jap-tà Bắt xe taxi, đón xe taxi
주황색 ju-hoang-sec Màu cam, màu da cam
해치택시 he-chi-thec-si Taxi hae-chi
지나가다 ji-na-ga-đà Đi qua
손(을) 들다 sôn-(ưl) đưl-đà Giơ tay lên
아니면 a-ni-miơn Hay, hoặc
곳 gôt Nơi, chỗ
콜 khôl Gọi điện
부르다 bu-rư-đà Gọi
번호 bơn-hô Số
기본요금 ghi-bôn-iô-gưm Giá cước mở cửa
일반택시 il-ban-thec-si Taxi bình dân
모범택시 mô-bơm-thec-si Taxi cao cấp, taxi hạng sang
시간 si-gan Thời gian
조금 jô-gưm Một chút
막힌다 ma-khin-đà Tắc đường, kẹt xe
인천공항 in-chơn-gông-hang Sân bay Incheon
리무진버스 ri-mu-jin-bơ-sư Xe buýt sân bay
공항철도 gông-hàng-chơl-đô Đường sắt sân bay, tàu hoả sân bay

Bài luyện

1. **Điền vào từ thích hợp vào chỗ trống.**

a. 덕수궁은 시청역에 (   ).

Cung điện Deok-su ở ga Si-cheong.

b. 지하철을 타고 (   ). Bạn nên đi bằng tàu điện ngầm.

c. 광화문은 덕수궁에서 (   )?

Quảng trường Gwang-hwa có xa cung điện Deok-su có xa không?

d. 걸어서 가면 (   )? Đi bộ thì mất bao lâu?

2. **Dịch sang tiếng Việt.**

a. 동대문 어떻게 가는지 아세요?

b. 제주도는 비행기 타고 가는 게 좋아요.

c. 버스 타고 지하철로 갈아타세요.

d. 첫차는 몇 시죠?

3. **Hãy chọn câu sự liên kết giữa tiếng Hàn và tiếng Việt không đúng.**

a. 비행기 – Trực thăng

b. 타다 – Lên, đi

c. 지하철 – Tàu điện ngầm

d. 갈아타다 – Đổi xe, chuyển tàu

note

• 멀다 : Xa
• 얼마나 : Bao lâu
• 걸리다 : Mất

• 어떻게 : Như thế nào
• 알다 : Biết
• 비행기 : Máy bay
• 갈아타다 : Đổi
• 첫차 : Chuyến thứ nhất

1. a. 있어요   b. 가는 게 좋아요   c. 먼가요   d. 얼마나 걸릴까요   2. a. Anh có biết đi Dongdaemun như thế nào không?   b. Đảo Jeju thì đi bằng máy bay tốt hơn.   c. Đi xe buýt rồi đổi sang tàu điện ngầm ạ.   d. Chuyến xe thứ nhất là mấy giờ?   3. (a)

Từ vựng

Phương tiện giao thông

비행기 Máy bay
bi-heng-ghi

기차 Tàu hoả/xe lửa
ghi-cha

지하철 Tàu điện ngầm
ji-ha-chơl

택시 Tắc xi
thec-si

버스 Xe buýt
bơ-sư

자동차 Xe ô tô
ja-đông-cha

오토바이 Xe máy
ô-thô-ba-i

자전거 Xe đạp
ja-jơn-gơ

전철/트램 jơn-chơl/thư-rem Tàu điện

고속버스 gô-sôc-bơ-sư Xe buýt nhanh, xe khách, xe tốc hành

시내버스 si-ne-bơ-sư Xe buýt chạy nội thành

광역버스 qoang-iơc-bơ-sư Xe khách, xe đò

셔틀버스 siơ-thưl-bơ-sư Xe đưa đón

마을버스 ma-ưl-bơ-sư Xe buýt chạy trong quận, làng, xã

관광버스 goan-goang-bơ-sư Xe buýt du lịch

자동차 ja-đông-cha Xe hơi

시클로 si-chưl-rô Xe xích lô

렌터카 rên-thơ-kha Xe thuê

고속열차 gô-sôc-iơl-cha Tàu cao tốc

급행열차 gư-pheng-niơl-cha Tàu tốc hành

모노레일 mô-nô-rê-il Xe lửa chạy 1 đường ray

헬리콥터 hêl-li-khôp-thơ Trực thăng

트럭 thư-rơc Xe tải

덤프트럭 đơm-pư-thư-rơc Xe ben

전기자전거 jơn-ja-ja-jơn-gơ Xe đạp điện

배 be Tàu, thuyền, đò

선박 sơn-bac Tàu biển

군함 gun-ham Tàu chiến

잠수함 jam-su-ham Tàu ngầm

어선 ơ-sơn Tàu đánh cá

일반택시 il-ban-thec-si Taxi bình dân

모범택시 mô-bơm-thec-si Taxi cao cấp, taxi hạng sang

구급차 gu-gưp-cha Xe cấp cứu

소방차 sô-bang-cha Xe cứu hoả

Vì sao giao thông Hàn Quốc khiến cả Anh,
Mỹ đều phải ngưỡng mộ và học tập theo?

Hệ thống giao thông ở Hàn Quốc được đánh giá là hiện đại và thông minh hàng đầu thế

giới, đạt đến một đẳng cấp mà thậm chí những quốc gia giàu có bậc nhất thế giới như Mỹ, Trung Quốc, Anh… cũng phải học tập.

Hệ thống giao thông ITS 'công nghệ cao'

Ở Hàn Quốc, tất cả thông tin về phương tiện giao thông đều được số hóa. Năm 2011, Hàn

Quốc đã hoàn thành việc lắp đặt cáp quang Internet tốc độ cao trên 3.500km đường cao tốc, tạo nên một mạng lưới giao thông thông minh quốc gia (ITS), qua đó nâng cấp hệ thống giao thông nước này lên một tầm cao mới.

Theo CNN, hệ thống giao thông ITS đã giúp thành phố tiết kiệm thời gian, tiền bạc; tăng tốc độ lưu thông trung bình từ 20 lên 24km/h chỉ trong vòng chưa đầy 5 năm, đồng thời cắt giảm tới 1,5 tỷ USD/năm chi phí khắc phục hậu tai nạn giao thông và ô nhiễm môi trường.

Theo đại diện KOTI (Viện giao thông Hàn Quốc), chi phí phát triển hạ tầng ITS chỉ chưa đến 1% chi phí cần thiết để xây một đường cao tốc 4 làn. Do đó, Hàn Quốc chưa bao giờ tiếc tiền đầu tư cho ITS.

ITS được ứng dụng trong mọi loại hình giao thông ở Hàn Quốc và đặc biệt phát triển ở thủ đô Seoul. Hệ thống tập hợp đầy đủ các dữ liệu từ nhiều nguồn khác nhau, bao gồm: Dịch vụ quản lý xe buýt, hệ thống thẻ giao thông công cộng, hệ thống thu vé tự động, hệ thống phát thanh truyền hình giao thông, cảnh sát và Ủy ban Giao thông đường bộ (KoRoad) để giám sát và quản lý tất cả tình hình giao thông ở Seoul.

Bằng cách truy cập website, người ta có thể kiểm tra tình trạng giao thông hiện tại, vị trí tắc đường, vị trí các bãi đỗ xe gần đó cũng như các tình huống khẩn cấp trên đường như: Công trường đang thi công, TNGT… Website này cũng cung cấp thông tin về các tuyến xe buýt, tàu điện ngầm và xe đạp cùng bản đồ trực quan dành cho người tham gia giao thông.

길 찾기
Tìm đường

Hội thoại

민 : **저기요, 길 좀 물어볼게요.**
jơ-ghi-iô ghil jôm mu-rơ-bôl-kê-iô

코엑스 아쿠아리움은 어떻게 가나요?
khô-êc-sư a-khu-a-ri-u-mưn ơ-tơ-khê ga-na-iô

한나 : **아, 이길로 쭉 직진하면 사거리가 나와요.**
à i-ghil-lô jjuc jic-jjin-ha-miơn sa-gơ-ri-ga na-oa-iô

거기에 횡단보도가 있는데 길을 건너서 오른쪽으로 보면
gơ-ghi-ê huêng-đan-bô-đô-ga in-nưn-đê ghi-rưl gơn-nơ-sơ ô-rưn-jjô-gư-rô bô-miơn

바로 있어요.
ba-rô it-sơ-iô

민 : **네, 감사합니다. 많이 먼가요?**
nê gam-sa-ham-ni-đà ⠀⠀ ma-ni mơn-ga-iô

한나 : **아니요, 5분이면 도착합니다.**
a-ni-iô ⠀ ô-bu-ni-miơn đô-cha-kham-ni-đà

민 : **덕분에 잘 찾아갈 것 같아요. 정말 감사합니다.**
đơc-bbu-nê jal cha-ja-gal kơt ga-tha-iô ⠀⠀ jơng-mal gam-sa-ham-ni-đà

Bản dịch

Minh : Chị ơi, cho tôi hỏi đường ạ. Đến Aquarium Coex phải đi thế nào ạ?

Han-na : À, anh đi thẳng đường này thì sẽ thấy ngã tư.
⠀⠀⠀⠀⠀ Ở đó, đi qua đường rồi anh có thể thấy nó ở ngay bên phải.

Minh : Dạ, cám ơn chị ạ. Có xa lắm không chị?

Han-na : Không, chỉ mất 5 phút là tới ạ.

Minh : Nhờ chị mà tôi có thể tìm được đường. Cám ơn chị nhiều.

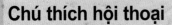
Chú thích hội thoại

1. 이길로 쭉 직진하면 사거리가 나와요. Anh đi thẳng đường này thì sẽ thấy ngã tư.

Khi giải thích đường đi, cần biết những từ sau: 직진하다 đi thẳng, 쭉 가다 cứ đi tiếp, 계속 가다 tiếp tục đi, 사거리 ngã tư, 삼거리 ngã ba, 오거리 ngã năm, 우회전(오른쪽으로 돌다) rẽ phải, 좌회전(왼쪽으로 돌다) rẽ trái, 오른쪽 bên phải, 왼쪽 bên trái v.v… Còn cấu trúc '-(으)면' được dùng để chỉ ra điều kiện hoặc giả định của câu sau, tương tự như từ "nếu" trong tiếng Việt.

Ví dụ : 오른 쪽으로 돌면 곧 도착해요. (Nếu) Rẽ phải thì sắp tới rồi.

2. 거기에 횡단보도가 있는데 길을 건너서 오른쪽으로 보면 바로 있어요.
Ở đó có lối sang đường cho người đi bộ, nếu qua đường thì anh có thể thấy ngay ở bên phải.

Cấu trúc -(ㄴ)는데 được dùng để liên kết hai câu với chức năng là "thêm vào", "bổ sung", dạng này cần phân biệt là nó được dùng để biểu thị ý nghĩa ngược lại giữa hai câu khác.

Ví dụ : 시내에 우체국이 있는데 그 옆에 바로 제과점이 있다. Trung tâm thành phố có bưu điện thành phố, ngay bên cạnh nơi đó là cửa hàng bánh ngọt.

Cấu trúc '아/어/여서' được dùng để biểu thị hành động của mệnh đề sau xảy ra sau, nhưng có liên quan đến hành động của mệnh đề trước. Câu trúc này thường được dùng với động từ hành động và chủ ngữ của mệnh đề thứ nhất và mệnh đề thứ hai giống nhau. Cấu trúc này cũng tương đương với cấu trúc '-하고 나서.'(Biểu hiện hành động thứ nhất kết thúc rồi đến hành động thứ hai)   *Ví dụ :* 친구를 만나서 갑니다. Gặp bạn rồi đi.

Từ vựng mới

저기요 jơ-ghi-iô Cách xưng hô + ơi (Đằng đó ơi)

길 ghil Đường

물어보다 mu-rơ-bô-đà Hỏi

코엑스 khô-êc-sư Coex (Trung tâm hội nghị và triển lãm)

아쿠아리움 a-khu-a-ri-um Aquarium (Nhà đại dương)

쭉 jjuc Cứ, thẳng

직진하다 jic-jjin-ha-đà Đi thẳng

사거리 sa-gơ-ri Ngã tư

나온다 na-ôn-đà Thấy, ra

거기 gơ-ghi Đó, đấy

횡단보도 huêng-đan-bô-đô Lối qua đường dành cho người đi bộ

길을 건너다 ghi-rưl gơn-nơ-đà Qua đường

오른쪽 ô-rưn-jjôc Bên phải

보다 bô-đà Thấy

바로 ba-rô Ngay

있다 it-tà Ở, có

멀다 mơl-đà Xa

도착하다 đô-cha-kha-đà Đến, tới, đến nơi

덕분에 đơc-bbu-nê Nhờ ~ mà

잘 찾다 jal chat-tà Tìm được

~것 같다 gơt gat-tà Có thể, có lẽ, hình như

Các biểu hiện chính

☑ **근처에 우리은행 있나요?** Ở gần đây có ngân hàng Woo-ri không ạ?
gưn-chơ-ê u-ri-ưn-heng in-na-iô

> **Tip** 근처 : Từ '근' có nghĩa là 'gần' trong tiếng Việt, từ '처' nghĩa là nơi, chỗ vì thế từ '근처' là 'nơi gần, gần đây' chỉ địa điểm, còn từ '근래' cũng có nghĩa là 'gần đây' nhưng chỉ ra thời gian.

☑ **네, 있습니다. 여기서 아주 가까워요.** Dạ, có. Từ đây rất gần.
nê it-sưm-ni-đà   iơ-ghi-sơ a-ju ga-ca-uơ-iô

☑ **약 40m 직진한 후 왼쪽으로 돌면 보이는 건물 2층이에요.**
iac sa-sip-mi-tơ jic-jjin-han hu uên-jjô-gư-rô đôl-miơn bô-i-nưn gơn-mul i-chưng-i-ê-iô

Đi thẳng khoảng 40 mét, sau đó rẽ trái thì thấy một toà nhà, ở tầng hai toà nhà đó.

> **Tip** 40m : Khi đọc các đơn vị, người Hàn thường đọc theo tiếng Anh như m (meter) 미터, km (kilo meter) 킬로미터, g (gram) 그램, kg (kilo gram) 킬로그램.

☑ **실례합니다. 강남역이 어딘가요?** Xin lỗi, ga Gang nam ở đâu?
sil-liê-ham-ni-đà gang-nam-iơ-ghi ơ-đin-ga-iô

☑ **아, 지나치셨어요.** À, anh đi quá mất rồi.
à ji-na-chi-siơt-sơ-iô

☑ **한 블록만 되돌아가시면 큰 사거리에 있어요.**
han bưl-rôc-man đuê-đô-la-ga-si-miơn khưn sa-gơ-ri-ê it-sơ-iô

Đi ngược lại một đoạn thì có thể thấy ở ngã tư lớn.

> **Tip** 되돌아가다 : Từ 되 là tiếp từ có nghĩa là 'lại, lặp đi lặp lại',đứng trước động từ để bổ sung thêm ý nghĩa.
> *Ví dụ :* 되찾다 Tìm lại   되팔다 Bán lại

☑ **여기 유명한 맛집이 있다던데요.** Nghe nói là ở đây có nhà hàng ngon rất nổi tiếng.
iơ-ghi iu-miơng-han mat-jji-bi it-ta-đơn-đê-iô

> **Tip** 맛집 : Từ này là dạng rút gọn của từ 맛있는 집 quán ngon, nhà hàng ngon, là từ mới ra đời. Hiện nay người ta thích nói rút gọn như 아점(아침과 점심 사이) Bữa sáng-trưa, 남친(남자친구) Bạn trai, 여친(여자친구) Bạn gái v.v..

☑ **혹시 '레 호이'라는 식당 어딘지 아세요?** Anh có biết nhà hàng 'Lễ Hội' ở đâu không?
hôc-si lê hô-i-la-nưn sic-tang ơ-đin-ji a-sê-iô

☑ **잘 모르겠어요. 지도 어플에서 검색해 볼게요.**
jal mô-rư-ghet-sơ-iô ji-đô ơ-pưl-ê-sơ gơm-sec-he bôl-kê-iô

Tôi không biết rõ. Để tôi tìm qua ứng dụng bản đồ.

☑ **아, 이 근처에 있네요.** À, ở gần đây có.
à i-gưn-chơ-ê in-nê-iô

☑ **지도에 보면 큰길로 나가면 육교가 나와요.** Theo bản đồ, ra đường lớn thì có cầu vượt.
ji-đô-ê bô-miơn khưn-ghil-lô na-ga-miơn iuc-kiô-ga na-oa-iô

☑ **육교를 건너서 조금 걸어가시면 '맛있는 커피' 카페 옆에 있네요.**
iuc-kiô-rưl gơn-nơ-sơ jô-gưm gơ-lơ-ga-si-miơn ma-sit-nưn khơ-phi kha-pê iơ-pê in-nê-iô

Đi qua cầu vượt rồi đi bộ một chút thì thấy nó ở bên cạnh quán 'cà phê ngon'.

☑ **실례지만 혹시 라마다 호텔 어디 있는지 아세요?**
sil-liê-ji-man hôc-si ra-ma-đa hô-thêl ơ-đi in-nưn-ji a-sê-iô

Xin lỗi, anh có biết khách sạn Ramada ở đâu không?

☑ **이 사거리에 있다고 하는데 아무리 찾아도 없네요.**
i sa-gơ-ri-ê ít-ta-gô ha-nưn-đê a-mu-ri cha-ja-đô ơm-nê-iô

Nghe nói là ở ngã tư này nhưng tìm mãi mà không thấy.

> **Tip** Cấu trúc 아무리 + động từ/tính từ +아/어도 được dùng để biểu hiện ý nhượng bộ, tương đương với cấu trúc "cho dù..... cũng", "dù cho.....cũng", "...mãi mà ..." trong tiếng Việt.
> *Ví dụ :* 아무리 힘들어도 포기하지 말아요. Dù có vất và thế nào thì cũng đừng bỏ cuộc nhé.

☑ **아, 이번 사거리가 아니라 다음번 사거리에 있어요.**
à i-bơn sa-gơ-ri-ga a-ni-ra đa-ưm-bbơn sa-gơ-ri-ê it-sơ-iô

À, không phải là ngã tư này mà ở ngã tư kế tiếp.

☑ **저쪽 길 건너서 쭉 가보세요.** Hãy đi qua đường kia rồi cứ đi thẳng nhé.
jơ-jjôc ghil gơn-nơ-sơ jjuc ga-bô-sê-iô

☑ **한국은행 이 근처에 있는 거 맞죠?** Ngân hàng Hàn Quốc ở gần đây, phải không?
han-guc-ưn-heng i gưn-chơ-ê in-nưn gơ mat-jjiô

☑ **네, 신세계 백화점 맞은편에 있어요.**
nê sin-sê-ghiê be-khoa-jơm ma-jưn-piơ-nê it-sơ-iô

Vâng, ở đối diện trung tâm thương mại Shinsegae.

☑ **찾기 쉬운가요?** Có dễ tìm không?
chat-ki sui-un-ga-iô

☑ **네, 한 블록만 더 가보세요. 바로 보여요.**
nê han bưl-lôc-man đơ ga-bô-sê-iô ba-rô bô-iơ-iô

Vâng, anh cứ đi thêm một đoạn nữa nhé. Có thể thấy ngay.

> **Tip** Từ '바로' được dùng cả với ý nghĩa chỉ vị trí và thời gian, có nghĩa là ngay, ngay lập tức.

☑ **아, 이쪽은 반대쪽이에요.** À, phía này là phía ngược lại.
à i-jjô-gưn ban-đe-jjô-ghi-ê-iô

☐ **강남 성모병원 이쪽으로 가는 거 맞나요?**
gang-nam sơng-mô-biơng-uôn i-jjô-gư-rô ga-nưn gơ man-na-iô

Bệnh viện Thánh Mẫu Gang nam, đi đường này phải không ạ?

☐ **고속버스터미널 지나서 큰길 건너셔야 해요.**
gô-sôc-bơ-sư-thơ-mi-nơl ji-na-sơ khưn-ghil gơn-nơ-siơ-ia he-iô

Đi qua bến xe cao tốc rồi phải đi qua đường lớn.

☐ **국립박물관 가는 길을 좀 알려주세요.**
gung-nip-bang-mul-ghoan ga-nưn ghi-lưl jôm al-riơ-ju-sê-iô

Làm ơn cho tôi biết đường đi đến viện bảo tàng quốc gia.

☐ **여기서 조금 멀어요. 한참 걸어가셔야 돼요.** Từ đây hơi xa. Phải đi bộ một lúc lâu.
iơ-ghi-sơ jô-gưm mơ-lơ-iô han-cham gơ-lơ-ga-siơ-ia đuê-iô

> **Tip** 한참 : Từ này có nghĩa là một khoảng thời gian lâu, không được xác định, thường đứng trước động từ.
> *Ví dụ :* 한참 공부하더니 잔다. Học một lúc lâu rồi mà đi ngủ.

☐ **쭉 직진하셔서 두 번째 사거리에서 오른쪽으로 가면 왼쪽에 있어요.**
jjuc jic-jjin-ha-siơ-sơ đu bơn-jje sa-gơ-ri-ê-sơ ô-rưn-jjô-gư-rô ga-miơn oen-jjô-ghê it-sơ-iô

Đi thẳng đến ngã tư thứ hai, ở đó, rẽ phải thì ở bên trái.

Từ vựng mới

근처 gưn-chơ Gần đây	육교 iuc-kiô Cầu vượt
은행 ưn-heng Ngân hàng	건너다 gơn-nơ-đà Qua
아주 a-ju Rất, quá, lắm	걸어가다 gơ-lơ-ga-đà Đi bộ
건물 gơn-mul Toà nhà	카페 kha-pê Quán cà phê
실례하다 sil-liê-ha-đà Xin lỗi	찾다 chat-tà Tìm
강남역 gang-nam-iơc Ga Gangnam	다음번 đa-ưm-bbơn Lần sau
지나치다 ji-na-chi-đà Đi quá	~해보다 he-bô-đà Thử ~ (Thử làm gì đó)
블록 bưl-rôc Đoạn, khối, dãy nhà	맞다 mat-tà Đúng, phải
되돌아가다 đuê-đô-la-ga-đà Đi ngược lại	백화점 be-khoa-jơm Trung tâm thương mại
크다 khư-đà Lớn, to	맞은편 ma-jưn-piơn Phía đối diện
유명하다 iu-miơng-ha-đà Nổi tiếng	쉽다 suip-tà Dễ
맛집 mat-jjip Nhà hàng ngon, quán ngon	반대쪽 ban-đe-jjôc Phía ngược lại
식당 sic-tang Nhà hàng, quán ăn	고속버스터미널 gô-sôc-bơ-sư-thơ-mi-nơl Bến xe cao tốc, bến xe liên tỉnh
모르겠다 mô-rư-ghet-tà Không biết	
지도 ji-đô Bản đồ	국립박물관 gung-nip-bang-mul-ghoan Viện bảo tàng quốc gia
어플 ơ-pưl Ứng dụng	
검색하다 gơm-sec-ha-đà Tìm, tìm kiếm	~해야 된다 he-ia đuên-đà Phải, nên ~
나가다 na-ga-đà Ra	두 번째 đu bơn-jje Thứ hai

Bài luyện

1. Điền vào từ thích hợp vào chỗ trống.

a. 저기요, (　　　　　　　　). Chị ơi, cho tôi hỏi đường.

b. 이 길로 (　　　　　　) 사거리가 나와요.

　Anh đi thẳng đường này thì sẽ thấy ngã tư.

c. 거기에 횡단보도가 있는데 (　　　　　　　　　) 바로 있어요.

　Ở đó có lối qua đường dành cho người đi bộ, nếu anh qua đường,

　anh có thể thấy ngay ở bên phải.

d. (　　　　　　　　　　　).

　Nhờ chị mà tôi có thể tìm được đường.

2. Dịch sang tiếng Việt.

a. 실례지만 병원이 어딘가요?

b. 큰길로 나가서 육교를 건너세요.

c. 아무리 봐도 못 찾겠어요.

d. 편의점 맞은편에 있어요.

3. Hãy chọn câu sự liên kết giữa tiếng Hàn và tiếng Việt không đúng.

a. 국립박물관 – Viện bảo tàng quốc gia

b. 아쿠아리움 – Hồ lớn

c. 강남 성모병원 – Bệnh viện thánh Mẫu Gang nam

d. 신세계 백화점 – Trung tâm thương mại Shinsegae

---

1. a. 길 좀 물어볼게요　b. 쭉 직진하면　c. 길을 건너서 오른쪽으로 보면　d.덕분에 잘 찾아갈 것 같아요　　2. a. Xin lỗi, bệnh viện ở đâu?　b. Hãy đi ra đường lớn rồi qua cầu vượt nhé.　c. Xem mãi mà không tìm được.　d. Ở đối diện cửa hàng tiện lợi.　　3. (b)

---

note

· 길 : Đường
· 물어보다 : Hỏi
· 직진하다 : Đi thẳng
· 길을 건너다 : Qua đường

· 병원 : Bệnh viện
· 큰 길 : Đường lớn
· 육교 : Cầu vượt
· 맞은편 : Đối diện

Từ vựng

Động từ liên quan đến ăn mặc

입다 Mặc(Áo quần)
ip-tà

신다 Đi, mang(Giày dép)
sin-tà

쓰다 Đội(Mũ, nón)
sư-đà

끼다 Đeo(Nhẫn, kính)
ki-đà

벗다 Cởi(Áo quần)
bợt-tà

착용하다 Mang, đeo
chac-iông-ha-đà

차다
cha-đà
Đeo(Đồng hồ, vòng cổ, vòng tay)

빼다
bbe-đà
Tháo(Nhẫn, đồng hồ, kính)

위 ui Trên

아래 a-re Dưới

안 an Trong

밖 bac Ngoài

앞 ap Trước

뒤 đui Sau

전 jơn Trước

후 hu Sau

옆 iơp Cạnh, bên cạnh

가운데 ga-un-đê Giữa

맞은편 ma-jưn-piơn Đối diện, phía đối diện

좌/왼쪽 joa/uên-jjôc Trái, bên trái

우/오른쪽 u/ô-rưn-jjôc Phải, bên phải

주변/둘레 ju-biơn/đul-lê Xung quanh

곁 ghiơt Sát, ngay bên cạnh

북 buc Bắc

서 sơ Tây

동 đông Đông

남 nam Nam

Đảo Jeju Hàn Quốc "Hawaii xứ Kim Chi"

Đảo Jeju là đảo lớn nhất Hàn Quốc (rộng 73km, dài 41 km). Có khí hậu đại dương ôn hòa với những tháng nóng nhất cũng không quá 33 °C, Jeju là điểm đến lý tưởng cho tuần trăng mật của các đôi vợ chồng mới cưới, cũng là nơi nghỉ ngơi được ưa thích của du khách nước ngoài. Con số 20 sân golf trên đảo đã nói lên sự phát triển mạnh mẽ của ngành du lịch – giải trí ở Jeju. Một khu trên đảo này là di sản thế giới UNESCO.

Đảo Jeju là hòn đảo nổi tiếng nhất tại Hàn Quốc, thu hút 10 triệu khách du lịch trong năm 2013. Hòn đảo này được mệnh danh là "Hawaii của Hàn Quốc", nổi tiếng với cảnh quan thiên nhiên đẹp, bao gồm những thác nước, bãi cát trắng, nước biển trong xanh. Nơi đây còn có một ngọn núi lửa "ngủ yên" nằm ở khu vực trung tâm của hòn đảo.Từ tháng 4 đến tháng 6 hàng năm là thời điểm thích hợp cho những chuyến du ngoạn đến đảo Jeju.Vào năm 2007, đảo Jeju đã được UNESCO ghi tên vào danh sách đề cử kỳ quan thiên nhiên thế giới. Đến năm 2011, nơi này chính thức trở thành 1 trong 7 kỳ quan thiên mới của thế giới. Đảo Jeju còn được gọi với cái tên hoa mỹ là "nàng tiên cá của Hàn Quốc".Cũng bởi cảnh quan đẹp, không khí mát mẻ, đảo Jeju đã trở thành điểm đến lý tưởng cho kỳ nghỉ lãng mạn của các cặp uyên ương.

Đảo Jeju là 1 trong 9 tỉnh của Hàn Quốc và là hòn đảo lớn và nổi tiếng nhất nơi này. Diện tích đảo Jeju là 1.848km^2 với dân số khoảng 600.000 người.

Theo thống kê, năm 2013, có hơn 10 triệu khách du lịch đến đảo Jeju. Trong đó, 70% là du khách trong nước.

Thủ đô của hòn đảo là TP Jeju.

TP Seogwipo của Jeju là nơi đồng tổ chức FIFA World Cup 2002. Sự kiện này cùng diễn ra ở Hàn Quốc và Nhật Bản.

Đảo Jeju cách Thủ đô Seoul chừng 434km về phía Nam. Sẽ mất khoảng 1 giờ đồng hồ để di chuyển từ thủ đô Seoul đến đảo Jeju bằng máy bay. Sân bay quốc tế Jeju cùng thường xuyên có các các chuyến bay thẳng đến các thành phố như Tokyo, Osaka, Bắc Kinh v.v..

Bài 15

방 빌리기
Thuê phòng

Hội thoại

직원 : 어서 오세요. 체크인 도와드릴까요?
ơ-sơ ô-sê-iô   che-khư-in đô-oa-đư-ril-ca-iô

마이 짱 : 네. 지난주에 전화로 예약했습니다.
nê ji-nan-ju-ê jơn-hoa-rô iê-iac-het-sưm-ni-đà

직원 : 고객님 성함을 알려주세요.
gô-ghec-nim sơng-ha-mưl al-liơ-ju-sê-iô

마이 짱 : 네, 마이 짱입니다.
nê ma-i jjang-im-ni-đà

직원 : 네, 11월 27일부터 29일까지 2박 예약하셨네요.
nê sip-il-uôl i-sip-chi-ril-bu-thơ i-sip-gu-il-ca-ji i-bac iê-iac-ha-siơn-nê-iô

룸은 트윈 디럭스 룸으로 하셨는데 맞으신가요?
ru-mưn thư-uin đi-rơc-sư ru-mư-rô ha-siơn-nưn-đê ma-jư-sin-ga-iô

마이 짱 : 네, 맞습니다. 전망 좋은 고층으로 부탁드려요.
nê mat-sưm-ni-đà   jơn-mang jô-ưn gô-chưng-ư-rô bu-thac-đư-riơ-iô

직원 : 네, 고객님 두 분 여권 부탁드려요. 16층 시티뷰 룸이고
nê gô-ghec-nim đu bun iơ-kôn bu-thac-đư-riơ-iô   sip-iuc-chưng si-thi-viu-ru-mi-gô

이틀 조식 포함되어 있습니다. 여기 룸 키 드릴게요.
i-thưl jô-sic pô-ham-đuê-ơ-it-sưm-ni-đà   iơ-ghi rum khi đư-ril-kê-iô

Bản dịch

Tiếp tân : Xin mời vào. Tôi có thể giúp chị check-in được không?

Mai Trang : Vâng. Tôi đã đặt phòng qua điện thoại vào tuần trước.

Tiếp tân : Xin chị cho biết tên người đặt.

Mai Trang : Dạ, Mai Trang ạ.

Tiếp tân : Vâng, Chị đã đặt 2 ngày từ ngày 27 đến ngày 29 tháng 11.
Chị đã chọn phòng cao cấp có 2 giường phải không ạ?

Mai Trang : Dạ, vâng. Cho tôi phòng có cảnh đẹp ở tầng cao nhé.

Tiếp tân : Vâng, chị có thể đưa cho tôi 2 sổ hộ chiếu được không ạ. Ở tầng 16 và có thể ngắm
cảnh thành phố, bao gồm bữa sáng trong 2 ngày. Đây là chìa khoá phòng ạ.

Chú thích hội thoại

1. 16층 시티뷰 룸이고 이틀 조식 포함되어 있습니다.

Ở tầng 16 và có thể ngắm cảnh thành phố, bao gồm bữa sáng trong 2 ngày.

Từ 포함되다 là dạng bị động của từ 포함하다. Trong tiếng Hàn dạng bị động rất đa dạng và rất phức tạp. Ở bài này chúng ta hãy cùng nhau tìm hiểu một chút nhé.

1) Động từ/tính từ + 이, 히, 리, 기

Các động từ kết hợp với 이, 히, 리, 기 để trở thành dạng bị động :

	Chủ động	Bị động
이	덮다, 보다, 쌓다, 쓰다, 바꾸다…	덮이다, 보이다, 쌓이다, 쓰이다, 바뀌다…
히	닫다, 묻다,먹다,밟다,읽다,잡다…	닫히다, 묻히다, 먹히다, 밟히다, 읽히다, 잡히다…
리	듣다, 열다, 팔다, 밀다…	들리다, 열리다, 팔리다, 밀리다…
기	끊다, 담다, 쫓다, 안다, 씻다, 찢다…	끊기다, 담기다, 쫓기다, 안기다, 씻기다, 찢기다…

2) Động từ/Tính từ + 아/어/해지다

Đây là cấu trúc động từ bổ trợ, nếu kết hợp với động từ chỉ hành động thì sẽ trở thành dạng bị động (mang nghĩa là bị), còn nếu kết hợp với tính từ hoặc động từ chỉ trạng thái thì sẽ mang ý nghĩa chỉ quá trình (mang nghĩa là trở nên, trở thành).

–아지다	Dùng khi gốc động từ, tính từ kết thúc bằng âm " ㅏ, ㅗ"
–어지다	Dùng khi gốc động từ, tính từ kết thúc bằng các nguyên âm còn lại
–해지다	Dùng khi gốc động từ, tính từ kết thúc bằng '하'

 Từ vựng mới

방 bang Phòng

빌리다 bil-li-đà Thuê, mượn, vay

직원 ji-guơn Nhân viên

체크인 che-khư-in Nhận phòng, Check-in

도와드리다 đô-oa-đư-ri-đà Giúp cho

지난 주 ji-nan ju Tuần trước

전화 jơn-hoa Điện thoại

예약 iê-iac Đặt trước

성함 sơng-ham Tên (Kính ngữ của từ tên)

박 bac Ngày, đêm

트윈 디럭스 룸 thư-uin đi-rơc-sư rum Phòng cao cấp có 2 giường

전망 jơn-mang Cảnh quan, quang cảnh

고층 gô-chưng Tầng cao

부탁드리다 bu-thac-đư-ri-đà Nhờ

고객님 gô-ghec-nim Quí khách

분 bun Vị, người

여권 iơ-kôn Hộ chiếu

조식 jô-sic Bữa sáng

룸 키 rum khi Chìa khoá phòng

Các biểu hiện chính

☑ **안녕하세요. 체크아웃 부탁합니다.** Chào cô. Cho tôi trả phòng.
an-nio'ng-ha-sê-iô chê-khư-a-ut bu-tha-kham-ni-đà

> **Tip** 체크인 nhận phòng, 체크아웃 trả phòng

☑ **네, 방 키 주세요.** Vâng, cho tôi xin chìa khoá phòng.
nê bang khi ju-sê-iô

> **Tip** Chìa khoá có thể nói là 키 (từ tiếng Anh), cũng có thể nói là 열쇠 (từ tiếng Hàn).

☑ **총 2박 하셔서 170,000원입니다. 미니바 사용하셨나요?**
chông i-bac ha-sio'-so' sip-chil-man-uo'n-im-ni-đà mi-ni-ba sa-iông-ha-sio'n-na-iô

Ở 2 đêm, tất cả là 170,000 uôn ạ. Anh có dùng minibar không ạ?

> **Tip** Khi đếm ngày, từ 박 và 일 đều được sử dụng nhưng khi 2 từ được dùng cùng một lúc thì từ 박 có nghĩa là là đêm, còn 일 là ngày.
> *Ví dụ* : 3박 3일 3 ngày 3 đêm / 2박 3일 3 ngày 2 đêm

☑ **아니요, 사용하지 않았습니다.** Không, tôi không dùng mini-bar.
a-ni-iô sa-iông-ha-ji a-nat-sư'm-ni-đà

☑ **네, 다 되었습니다. 택시 불러드릴까요?**
nê đa đuê-o't-sư'm-ni-đà thec-si bu-lo'-đư-ril-ca-iô

Dạ, được rồi ạ. Anh có cần tôi gọi taxi giúp anh không?

☑ **괜찮습니다. 공항 리무진 이용할 겁니다.**
ghuên-chan-sư'm-ni-đà gông-hang ri-mu-jin i-iông-hal go'm-ni-đà

Không, tôi sẽ dùng xe buýt sân bay.

☑ **여보세요, 리셉션이죠?** A lô, tiếp tân phải không ạ?
io'-bô-sê-iô ri-sêp-sio'n-i-jô

> **Tip** 리셉션 : Ở khách sạn người ta hay dùng từ tiếng Anh. Và từ '리셉션' này tiếng Anh là 'Reception', có nghĩa là tiếp tân.

☑ **네, 무슨 일이신가요?** Dạ, cô cần gì ạ?
nê mu-sư'n i-ri-sin-ga-iô

☑ **여기 1004호인데 룸서비스 부탁합니다.**
io'-ghi cho'n-sa-hô-in-đê rum-so'-bi-sư' bu-thac-ham-ni-đà

Đây là phòng 1004, tôi muốn sử dụng dịch vụ phòng.

☑ **레스토랑 연결해 드리겠습니다.**
rê-sư'-thô-rang io'n-ghio'l-he đư-ri-ghet-sư'm-ni-đà

Xin chuyển máy cho nhà hàng trong khách sạn ạ.

☑ **1004호로 김치찌개와 불고기버거 룸서비스해 주세요.**
chơn-sa-hô-rô ghim-chi-jji-ghe-oa bul-gô-ghi-bơ-gơ rum sơ-vi-sư he ju-sê-iô

Cho phòng 1004 canh Kimchi và Bulgogi-bơ gơ tại phòng nhé.

☑ **네, 알겠습니다. 20분 정도 걸립니다.** Dạ, vâng ạ. mất khoảng 20 phút ạ.
nê al-ghet-sưm-ni-đà i-sip-bbun jơng-đô gơl-rim-ni-đà

☑ **방에서 담배 냄새가 심하게 나는데 방을 바꿀 수 있을까요?**
bang-ê-sơ đam-be nem-se-ga sim-ha-ghê na-nưn-đê bang-ưl ba-cul su it-sưl-ca-iô

Trong phòng, mùi thuốc lá hôi quá, tôi có thể đổi phòng được không?

> **Tip** 냄새가 난다 : Từ 냄새 có nghĩa là mùi, phải dùng với động từ 난다 chứ không nói là 냄새가 있다. Cụm từ này có nghĩa bóng là có cảm giác hoặc có đầu mối.

☑ **네, 잠시만 기다리세요.** Dạ, xin đợi một chút.
nê jam-si-man ghi-đa-ri-sê-iô

☑ **여보세요, 리셉션입니다. 위층 1104호로 가시면 됩니다.**
iơ-bô-sê-iô ri-sêp-siơn-im-ni-đà ui-chưng chơn-bec-sa-hô-rô ga-si-miơn đuêm-ni-đà

A lô, tiếp tân đây ạ. Quí khách có thể chuyển sang phòng 1104 ở tầng trên ạ.

부동산에서(Ở văn phòng Bất động sản)

☑ **연세대학교 앞에 원룸을 구하고 있어요.**
iơn-sê-đe-hac-kiô a-pê uôn-rum-ưl gu-ha-gô it-sơ-iô

Tôi đang tìm phòng đơn ở trước trường đại học Yonsei.

> **Tip** Từ 원룸 là một loại hình nhà ở hoặc phòng trọ nhỏ, chỉ có một phòng và 1 phòng vệ sinh. Còn 투룸 thì có 2 phòng và 1 phòng vệ sinh.

☑ **보증금 1,000만 원에 월세 50만 원짜리 방이 있어요.**
bô-jưng-gưm chơn-man uôn-ê uôl-sê ô-sip-man uôn-jja-ri bang-i it-sơ-iô

Có phòng tiền thuê tháng là 500,000 uôn với tiền đặt cọc là 10 triệu uôn.

> **Tip** Từ '보증금' có nghĩa là tiền đặt cọc, tiền để đảm bảo trả tiền thuê trong thời hạn hợp đồng. Khi thuê nhà theo tháng thì thường phải nộp tiền đặt cọc này. Sau khi hết hạn hợp hợp thì có thể nhận lại toàn bộ số tiền này. Từ này cũng được dùng khi mua hoặc mượn, thuê vật gì đó.

☑ **요즘 방이 잘 나가서 이 방이 제일 싼 거예요.**
iô-jưm bang-i jal na-ga-sơ i bang-i jê-il san gơ-iê-iô

Dạo này, nhiều người thuê phòng nên phòng này là phòng rẻ nhất.

> **Tip** 방이 잘 나간다 : Cụm từ này có nghĩa là nhiều người xem phòng và ký hợp đồng bất động sản.

☑ **지금 같이 방 보러 갈까요?** Bây giờ chúng ta hãy cùng đi xem phòng nhé.
ji-gưm ga-chi bang bô-rơ gal-ca-iô

☑ **이 건물 2층이에요. 보안 시스템이 잘 되어 있어서 안전해요.**
i gơn-mul i-chưng-i-ê-iô bô-an si-sư-thê-mi jal đuê-ơ it-sơ-sơ an-jơn-he-iô

Ở tầng 2 toà nhà này nhé. Ở đây rất an toàn vì có hệ thống bảo vệ tốt.

☑ **자, 2층이라 채광도 좋고 환기도 잘 돼요.**
ja i-chưng-i-ra che-ghoang-đô jô-khô hoan-ghi-đô jal đue-iô

Này, vì là tầng 2 nên ánh sáng ngập tràn và rất thông thoáng.

> **Tip** 되다 & 돼다 : Người Hàn cũng thường nhầm lẫn về hai từ này. Từ 되다 là dạng gốc còn 돼 thì dạng rút gọn của từ 되어.
> *Ví dụ* : 이렇게 해도 돼요?(← 되– + –어 + 요)

☑ **교통은 어떤가요?** Giao thông thế nào?
ghiô-thông-ưn ơ-tơn-ga-iô

Từ vựng mới

체크아웃 chê-khư-a-ut Trả phòng
주다 ju-đà Cho
총 chông Tất cả, tổng cộng
미니바 mi-ni-ba Minibar, đồ ăn đồ uống trong phòng
사용하다 sa-iông-ha-đà Sử dụng
택시 thec-si Taxi
부르다 bu-lu-đà Gọi
공항 gông-hang Sân bay
리무진 ri-mu-jin Xe buýt cao cấp
리셉션 ri-sêp-sơn Tiếp tân
무슨 mu-sưn Gì, nào
호 hô Số
룸서비스 rum-sơ-bi-sư Dịch vụ phòng, phục vụ tại phòng
연결하다 iơn-ghiơl-ha-đà Liên lạc, liên kết, kết nối
김치찌개 ghim-chi-jji-ghe Canh Kimchi
불고기버거 bul-gô-ghi-bơ-gơ Bulgogi bơ gơ, Bánh hăm-bơ-gơ thịt bò
정도 jơng-đô Khoảng, chừng, độ
걸리다 gơl-ri-đà Mất
담배 đam-be Thuốc lá
심하다 sim-ha-đà Mạnh, nhiều, nặng, trầm trọng

냄새가 나다 nem-se-ga na-đà Có mùi, có mùi hôi
바꾸다 ba-cu-đà Đổi
위층 ui-chưng Tầng trên
부동산 bu-đông-san Văn phòng bất động sản
연세대학교 iơn-sê-đe-hắc-kiô Trường đại học Yonsei
앞 ap Trước
원룸 uôn-rum Phòng đơn
구하다 gu-ha-đà Tìm
보증금 bô-jưng-gưm Tiền đặt cọc
월세 uôl-sê Tiền thuê tháng
짜리 jja-ri Loại, mệnh giá
제일 jê-il Nhất
싸다 sa-đà Rẻ
지금 ji-gưm Bây giờ
방 보다 bang bô-đà Xem phòng
건물 gơn-mul Toà nhà
보안 시스템 bô-an si-sư-thêm Hệ thống bảo vệ
안전하다 an-jơn-ha-đà An toàn
채광이 좋다 che-ghoang-i-jô-tha Ánh sáng ngập tràn, đủ ánh sáng
환기가 잘 된다 hoan-ghi-ga jal đuền-đà Thông thoáng
교통 ghiô-thông Giao thông

1. **Điền vào từ thích hợp vào chỗ trống.**

a. 지난주에 (　　　　)했습니다.

Tôi đã đặt phòng qua điện thoại vào tuần trước.

b. 11월 27일부터 29일까지 (　　　　).

Chị đã đặt 2 ngày từ ngày 27 đến ngày 29 tháng 11.

c. (　　　　) 부탁드려요.

Cho tôi phòng có cảnh đẹp ở tầng cao nhé.

d. (　　　　　　　). Đây là chìa khoá phòng ạ.

2. **Dịch sang tiếng Việt.**

a. 오늘부터 모레까지 2박 3일 방 예약하고 싶어요.

b. 학교 앞에 원룸을 구하고 있어요.

c. 채광이 좋고 깨끗한 방을 임대하고 싶어요.

· d. 방에 커피포트와 세면도구가 있습니다.

3. **Hãy chọn câu sự liên kết giữa tiếng Hàn và tiếng Việt không đúng.**

a. 보증금 – Tiền đặt cọc

b. 월세 – Tiền thuế năm

c. 부동산 – Văn phòng bất động sản

d. 리셉션 – Tiếp tân

note

• 전화 : Điện thoại
• 예약 : Đặt
• 고층 : Tầng cao
• 룸 키 : Chìa khoá phòng
• 모레 : Ngày kia
• 원룸 : Phòng đơn
• 채광 : Ánh sáng
• 임대하다 : Thuê
• 세면도구 : Đồ dùng rửa mặt

---

1. a. 전화로 예약   b. 2박 예약하셨네요   c. 전망 좋은 고층으로   d. 여기 룸 키 드릴게요   2. a. Từ hôm nay đến ngày kia, tôi muốn đặt phòng 2 đêm 3 ngày.   b. Tôi đang tìm phòng đơn ở trước trường học.   c. Tôi muốn thuê phòng có nhiều ánh sáng và sạch sẽ.   d. Trong phòng có ấm đun nước và đồ dùng rửa mặt.   3. (b)

Từ vựng

Đồ dùng sinh hoạt

펜 Bút
pen

연필 Bút chì
iơn-pil

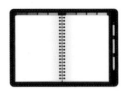

노트 Vở
nô-thư

휴지 Giấy vệ sinh
hiu-ji

거울 Gương
gơ-ul

수건 Khăn
su-gơn

칫솔 Bàn chải đánh răng
chit-sôl

치약 Kem đánh răng
chi-iac

명함 miơng-ham Danh thiếp

편지 piơn-ji Thư

엽서 iơp-sơ Bưu thiếp, thiệp

봉투 bông-thu Phong bì

종이 jông-i Tờ giấy

스카치테이프 sư-kha-chi-thê-i-phư Băng keo, băng dính

자 ja Thước, thước kẻ

수첩 su-chơp Sổ tay

볼펜 bôl-pen Bút bi

만년필 man-niơn-pil Bút máy

지우개 ji-u-ghe Tẩy chì

포스트잇 pô-sư-thư-it Giấy nhớ

풀 pul Keo, hồ dán

가위 ga-ui Kéo

면도기 miơn-đô-ghi Máy cạo râu

빗 bit Lược, lược chải đầu

비누 bi-nu Xà bông, xà phòng

화장품 hoa-jang-pum Mỹ phẩm

스킨 sư-khin Nước hoa hồng

로션 lô-siơn Kem dưỡng da

아이크림 a-i-khư-rim Kem dưỡng mắt

수분크림 su-bun-khư-rim Kem giữ ẩm

마스크 ma-sư-khư Mặt nạ

핸드크림 hen-đư-khư-rim Kem dưỡng da tay

선크림 sơn-khư-rim Kem chống nắng

향수 hiang-su Nước hoa

샴푸 shiam-pu Dầu gội đầu

린스 rin-sư Dầu xả

폼 클렌징 pôm khưl-len-jing Sữa rửa mặt

바디워시 ba-đi-uơ-si Sữa tắm

바디로션 ba-đi-rô-siơn Sữa dưỡng thể

Những bãi biển đẹp ở Hàn Quốc

Bãi biển Hae-un-dae ở quận Haeundae, Busan 해운대

Bãi biển Hae-un-dae có lẽ là bãi biển nổi tiếng nhất ở Hàn Quốc. Mực nước ở đây nông và có thủy triều tương đối ổn định nên bãi biển này là một nơi lý tưởng để tắm biển. Bãi biển nổi tiếng với khung cảnh mặt trời mọc và mặt trăng mọc khi nhìn từ Đình Haewoljeong. Đường Dalmaji-gil của Haeundae nằm giữa Bãi biển Haeundae và Bãi biển Songjeong là một điểm đến nên ghé thăm để ngắm nhìn một khung cảnh lãng mạn của ánh trăng lấp lánh trên bề mặt nước.

Bãi biển Haeundae cũng cực kỳ nổi tiếng với rất nhiều sự kiện và lễ hội văn hóa được tổ chức trong suốt cả năm. Du khách có thể tham dự Lễ hội Cát Haeundae được tổ chức vào mùa hè; Liên hoan phim quốc tế Busan vào mùa thu, lễ hội chào đón năm mới và Cuộc thi bơi kiểu gấu bắc cực vào mùa đông.

Bãi biển Jung-mun Saek-dal ở thành phố Seogwipo, đảo Jeju 중문색달

Bãi biển Jungmun nằm trong Khu nghỉ dưỡng Jungmun Jeju là một bãi biển độc đáo với bãi cát đen, trắng, đỏ, và xám, cũng như đá núi lửa đen nổi tiếng của đảo Jeju. Bên phải của bãi biển là một hang động tự nhiên được tạo nên do hiện tượng xói mòn bờ biển. Những thực vật quý hiếm phát triển mạnh gần hang, tạo ra một vị trí thuận tiện cho một số điểm tham quan sinh thái. Sóng và thủy triều khá mạnh dọc biển Jungmun, vì vậy khi đó là điều kiện tuyệt vời để lướt gió, trượt nước và các hoạt động giải trí dưới nước khác. Những người không biết bơi và trẻ nhỏ chỉ nên đứng gần bờ biển với sự quan sát cẩn trọng của các nhân viên cứu hộ.

Khu nghỉ dưỡng Jungmun cũng là nơi có một hồ cá, Vườn bách thảo Yeomiji, Thác nước Cheonjeyeon và cụm các ngôi nhà truyền thống của đảo Jeju. Rất nhiều các sự kiện khác nhau được tổ chức dọc theo bãi biển và trong khu phức hợp này quanh năm.

병원
Bệnh viện

Hội thoại

(진료실에서)

의사 : 안녕하세요? 어디가 불편하세요?
an-niơng-ha-sê-iô ơ-đi-ga bul-piơn-ha-sê-iô

링 : 목이 너무 아프고 기침이 많이 나요. 열도 조금 있는 거 같고요.
mô-ghi nơ-mu a-pư-gô ghi-chi-mi ma-ni na-iô   iơl-đô jô-gưm in-nưn gơ gat-kô-iô

의사 : 감기 증상이네요. 언제부터 아프셨어요?
gam-ghi jưng-sang-i-nê-iô ơn-jê-bu-thơ a-pư-siơt-sơ-iô

링 : 어제 아침부터요. 목이 쉬어 목소리도 잘 안 나오는 거 같아요.
ơ-jê a-chim-bu-thơ-iô   mô-ghi sui-ơ môc-sô-ri-đô jal an na-ô-nưn gơ ga-tha-iô

의사 : "아" 하고 입을 벌려 보세요. 목이 많이 부어 있어요.
a ha-gô i-bưl bơl-riơ bô-sê-iô   mô-ghi ma-ni bu-ơ it-sơ-iô

콧물도 있네요. 목 치료하실 거고 약은 3일 치 드릴게요.
khôn-mul-đô in-nê-iô   môc chi-riô-ha-sil kơ-gô ia-gưn sa-mil-chi đư-ril-kê-iô

약 다 드시고도 안 나으시면 또 오세요.
iac đa đư-si-gô-đô an na-ư-si-miơn tô ô-sê-iô

링 : 네, 감사합니다.
nê gam-sa-ham-ni-đà

Bản dịch

(Ở phòng khám bệnh)

Bác sĩ :   Chào chị? Chị bị làm sao vậy?

Linh :   Em bị đau họng và ho nhiều. Bị sốt nữa ạ.

Bác sĩ :   Đó là triệu chứng bị cảm cúm. Chị bị từ khi nào?

Linh :   Từ sáng hôm qua ạ. Hình như vì bị khản họng nên nói cũng không ra tiếng.

Bác sĩ :   Chị hãy nói 'a' và há miệng ra nhé. Chị bị sưng cổ họng rồi.

Còn bị sổ mũi nữa. Chị sẽ phải điều trị cổ họng và uống thuốc trong 3 ngày.

Chị hãy uống thuốc, nếu vẫn không khỏi thì lại đến nhé.

Linh :   Dạ, cám ơn bác sĩ.

Chú thích hội thoại

1. 목이 너무 아프고 기침이 많이 나요. 열도 조금 있는 거 같고요.

Em bị đau họng và ho nhiều. Bị sốt nữa ạ.

Khi bị ốm hoặc khi mắc bệnh nào đó, người Hàn Quốc thường nói là "아파요 Tôi bị đau" hoặc "몸이 안 좋아요 Người tôi không khoẻ", "(병명) ~에 걸렸어요 Tôi bị + tên bệnh , Tôi mắc + tên bệnh ".

Ví dụ : 나는 머리가 아파요. Tôi bị đau đầu.

오늘 몸이 안 좋아서 출근을 못했어요. Hôm nay tôi không khoẻ nên tôi đã không đi làm.

나는 독감에 걸렸어요. Tôi bị cảm cúm nặng.

2. 목이 쉬어 목소리도 잘 안 나오는 거 같아요.

Bị khản họng nên nói cũng không ra tiếng.

Cấu trúc '-는 것 같다' được gắn vào thân động từ để biểu thị sự phỏng đoán của người nói, tương đương nghĩa với cấu trúc "Hình như…. thì phải", "có lẽ". Khi gắn vào thân tính từ thì dạng là '-(으)ㄴ 것 같다'. Và khi nói thì từ '거' được thay thế cho từ '것'.

Ví dụ : 열이 좀 나는 것 같네요. Có lẽ bị sốt một chút.

 Từ vựng mới

병원 biơng-uôn Bệnh viện

진료실 jil-riô-sil Phòng khám bệnh

의사 ưi-sa Bác sĩ

불편하다 bul-piơn-ha-đà Khó chịu, bất tiện

목 môc Cổ, họng, cổ họng

아프다 a-pư-đà Đau, bị ốm

기침이 나다 ghi-chi-mi na-đà Ho, bị ho

열이 있다 iơ-ri it-tà Bị sốt, sốt

감기 gam-ghi Cảm lạnh, cảm cúm

증상 jưng-sang Triệu chứng

언제부터 ơn-jê-bu-thơ Từ khi nào

어제 ơ-jê Hôm qua

아침 a-chim Buổi sáng

목이 쉬다 mô-ghi sui-đà Bị khản giọng

목소리 môc-sô-ri Giọng nói

목소리가 안 나오다 môc-sô-ri-ga an na-ô-đà
  Không nói ra tiếng được

입 ip Miệng

입 벌리다 ip bơl-ri-đà Há miệng, mở miệng

목이 붓다 mô-ghi but-tà Bị sưng họng

콧물 khôn-mul Sổ mũi, nước mũi

치료 chi-riô Điều trị, chữa trị

약 iac Thuốc

3일 sa-mil 3 ngày

치 chi Số lượng

(병이) 낫다 nat-tà Khỏi (bệnh)

또 tô Lại

오다 ô-đà Đến

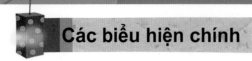

Các biểu hiện chính

☑ **안색이 안 좋은데 어디 아프세요?**
an-se-ghi an jô-ưn-đê ơ-đi a-pư-sê-iô

Trông sắc mặt anh không được tốt, anh bị làm sao thế?

> **Tip** 안색이 안 좋다 : Khi trông thấy người khác không được khoẻ hay tâm trạng, vẻ mặt không tốt, lo lắng, buồn phiền, da mặt xanh xao... người Hàn Quốc thường sử dụng biểu hiện '안색이 안 좋다'. "안색" ở đây có nghĩa là "sắc mặt".

☑ **갑자기 머리가 너무 아프네요.** Tự nhiên tôi bị đau đầu quá.
gap-jja-ghi mơ-ri-ga nơ-mu a-pư-nê-iô

☑ **약은 먹었나요?** Anh đã uống thuốc chưa?
ia-gưn mơ-gơn-na-iô

> **Tip** 약 먹다 : Người Hàn không nói là "약을 마시다 uống thuốc" mà là "약 먹다 ăn thuốc".

☑ **아니요, 더 심해지면 병원에 가봐야 할 것 같아요.**
a-ni-iô đơ sim-hê-ji-miơn biơng-uô-nê ga-boa-ia hal gơt ga-tha-iô

Chưa, nếu bị nặng hơn thì chắc tôi sẽ phải đi bệnh viện.

> **Tip** 심해지다 : Cấu trúc "Tính từ + -아/어/해지다" được dùng để biểu thị sự biến hoá của các tính từ bất kể nó là tích cực hay tiêu cực. Có nghĩa là "trở nên + tính từ", "Tính từ + ra/đi/lên".
> *Ví dụ :* 심하다 – 심해지다 Trở nên nặng, trở nên nghiêm trọng   예쁘다 – 예뻐지다 Đẹp ra

☑ **네, 오늘은 일찍 퇴근하세요.** Vâng, hôm nay anh đi về sớm nhé.
nê ô-nư-rưn il-jjic thuê-gưn-ha-sê-iô

☑ **무슨 일이에요? 얼굴이 너무 안 좋아요.** Chị bị sao vậy? Mặt chị trông xanh xao quá!
mu-sưn i-ri-ê-iô   ơl-gu-ri nơ-mu an jô-a-iô

☑ **속이 너무 안 좋아요. 뭘 잘못 먹었나 봐요.**
sô-ghi nơ-mu an jô-a-iô   muơl jal-môt mơ-gơt-na boa-iô

Bụng tôi khó chịu quá. Có lẽ tôi đã ăn nhầm phải cái gì đó.

> **Tip** 속이 안 좋다 : Khi cảm thấy đau bụng hoặc trong người không thoải mái thì có thể dùng câu này. Ở đây từ '속' có nghĩa là 'bên trong, trong người'.

☑ **소화가 안 되네요. 속이 더부룩해요.** Tôi khó tiêu hoá. Tôi bị đầy bụng.
so-hoa-ga an đuê-nê-iô sô-ghi đơ-bu-ru-khe-iô

☑ **여기 소화제 있어요. 드셔 보세요.**
iơ-ghi sô-hoa-jê it-sơ-iô   đư-siơ bô-sê-iô

Đây là thuốc tiêu hoá. Anh hãy uống thử xem.

☑ **어지럽고 토할 것 같아요.** Tôi cảm thấy chóng mặt và buồn nôn.
ơ-ji-rơp-kô thô-hal-kơt ga-tha-iô

☑ **이런, 멀미하나 봐요. 멀미약 있어요?**
i-rơn, mơl-mi-ha-na boa-iô mơl-mi-iac it-sơ-iô

Trời, em có vẻ bị say xe. Có thuốc chống say xe không?

☑ **아니요, 오늘 안 챙겨 왔어요.** Không, hôm nay tôi không mang theo.
a-ni-iô   ô-nưl an cheng-ghiơ oat-sơ-iô

> **Tip** 챙겨오다 : Từ này có nghĩa tương đương với từ '가져오다' mang theo, mang đến, mang đi.

☑ **저기 약국이 있어요. 제가 대신 사다 줄게요.**
jơ-ghi iac-ku-ghi it-sơ-iô   jê-ga đe-sin sa-đa jul-kê-iô

Đằng kia có hiệu thuốc. Tôi sẽ mua cho anh.

> **Tip** 대신 : Cấu trúc "(Danh từ) + 대신(에)" có nghĩa là thay cho cái gì, được dùng khi "ai làm thay cho ai" hoặc "làm cái gì đó thay vì cái nào khác".
> *Ví dụ:* 민수 씨 대신 제가 왔어요. Tôi đến đây thay anh Min-soo.
> 커피 대신 차를 마신다. Uống trà thay cho cà phê.

☑ **오늘 몸이 너무 안 좋아서 수업에 못 갈 거 같아요.**
ô-nưl mô-mi nơ-mu an jô-a-sơ su-ơ-bê môt gal kơ ga-tha-iô

Hôm nay tôi bị ốm nặng nên chắc tôi không đến lớp được.

☑ **요즘 독감이 유행이래요. 푹 쉬어요.**
iô-jưm đôc-ka-mi iu-heng-i-re-iô puc sui-ơ-iô

Dạo này bệnh cảm cúm lan truyền rộng. Anh hãy nghỉ ngơi hoàn toàn nhé.

☑ **환절기라서 감기 환자가 많네요. 빨리 쾌차하길 바래요.**
hoan-jơl-ghi-ra-sơ gam-ghi hoan-ja-ga man-nê-iô bbal-ri khue-cha-ha-gil ba-re-iô

Vì đang giao mùa nên có nhiều người bị cảm. Mong chị chóng khoẻ.

> **Tip** 쾌차하다 : Từ này có nghĩa là "hết bệnh, khoẻ ra", tương đương với "병이 낫다 khỏi bệnh", "회복되다 được hồi phục".

☑ **걱정 말고 꼭 병원에 가세요.** Đừng lo và hãy đi bệnh viện nhé.
gơc-jjơng mal-gô côc biơng-uô-nê ga-sê-iô

☑ **어제부터 몸살이 나서 고생하고 있어요.** Tôi bị ốm từ hôm qua nên bây giờ đang mệt.
ơ-jê-bu-thơ môm-sa-ri na-sơ gô-seng-ha-gô it-sơ-iô

☑ **요즘에 무리하더니 병이 났군요. 푹 쉬어야 해요.**
iô-jư-mê mu-ri-ha-đơ-ni biơng-i nat-kun-iô puc sui-ơ-ia he-iô

Dạo này, chị làm việc quá sức nên bị bệnh đó. Chị phải nghỉ ngơi nhiều vào.

☑ **동생은 좀 어떤가요?** Em chị thế nào rồi?
đông-seng-ưn jôm ơ-tơn-ga-iô

☑ 어제 제 동생이 병원에 입원해서 병간호를 하고 있어요.

ơ-jê jê đông-seng-i biơng-uô-nê i-buôn-he-sơ biơng-gan-hô-rưl ha-gô it-sơ-iô

Hôm qua em tôi đã nhập viện nên tôi đang chăm sóc em tôi.

> **Tip** 입원하다 : Từ này có nghĩa là 'nhập viện', từ trái nghĩa là '퇴원하다 xuất viện'.

☑ 오늘 수술하고 경과를 지켜봐야 해요. Hôm nay mổ và phải theo dõi tình hình.

ô-nưl su-sul-ha-gô ghiơng-goa-rưl ji-khiơ-boa-ia he-iô

☑ 발목이 삐끗해서 엑스레이 찍고 물리치료를 받았어요.

bal-mô-ghi bbi-cư-the-sơ êc-sư-rê-i jjic-kô mu-li-chi-riô-rưl ba-đat-sơ-iô

Tôi bị trật cổ chân nên chụp X quang và được điều trị vật lý.

Từ vựng mới

안색이 안 좋다 an-se-ghi an jô-tha Trông xanh xao, sắc mặt không tốt

아프다 a-pư-đà Bị ốm, đau

머리가 아프다 mơ-ri-ga a-pư-đà Nhức đầu, đau đầu

갑자기 gap-jja-ghi Đột nhiên, tự nhiên

(병이) 심하다 (biơ-i) sim-ha-đà Nặng, nghiêm trọng (bệnh)

퇴근하다 thuê-gưn-ha-đà Tan làm

일찍 il-jjic Sớm

얼굴 ơl-gul Mặt

잘못 먹다 jal-môt mơc-tà Ăn phải cái gì, ăn nhầm cái gì

소화가 안 되다 so-hoa-ga an đuê-đà Không tiêu hoá được

속이 더부룩하다 sô-ghi đơ-bu-ru-kha-đà Bị đầy bụng

소화제 sô-hoa-jê Thuốc tiêu hoá

어지럽다 ơ-ji-rợp-tà Chóng mặt

토하다 thô-ha-đà Nôn

멀미하다 mơl-mi-ha-đà Say xe, say tàu

멀미약 mơl-mi-iac Thuốc chống say xe

챙겨오다 cheng-ghiơ-ô-đà Mang theo, mang đi

몸이 안 좋다 mô-mi an-jô-tha Người không khoẻ, bị ốm

수업 su-ơp Lớp học

못 간다 môt gan-đà Không đi được

독감 đôc-kam Cảm cúm, bị cảm nặng

유행이다 iu-heng-i-đà lan rộng, lan truyền, phổ biến

푹 쉬다 puc sui-đà Nghỉ ngơi nhiều, nghỉ ngơi hoàn toàn

환절기 hoan-jơl-ghi Đổi mùa, chuyển mùa, giao mùa

환자 hoan-ja Bệnh nhân

쾌차하다 khue-cha-ha-đà Hết bệnh, khỏi bệnh

빨리 bbal-ri Nhanh, chóng

걱정하다 gơc-jjơng-ha-đà Lo lắng

몸살이 나다 môm-sa-ri na-đà Bị đau người

고생하다 gô-seng-ha-đà Vất vả

무리하다 mu-ri-ha-đà Quá sức, làm việc quá sức, không hợp ly

병이 나다 biơng-i na-đà Bị ốm, bị bệnh

병간호하다 biơng gan-hô-ha-đà Chăm sóc bệnh nhân

수술하다 su-sul-ha-đà Mổ, phẫu thuật

경과 ghiơng-goa Quá trình

지켜보다 ji-khiơ-bô-đà Theo dõi

발목 bal-môc Cổ chân

삐끗하다 bbi-cư-tha-đà Bị trật

엑스레이 êc-sư-rê-i X quang

물리치료 mul-ri-chi-riô Điều trị vật lý

Bài luyện

1. **Điền vào từ thích hợp vào chỗ trống.**

a. 어디가 (　　　　　　)? Chị bị làm sao vậy?

b. (　　　　　) 아프셨어요? Chị bị ốm từ khi nào?

c. 목이 많이 (　　　　　　). Chị bị sưng cổ họng rồi.

d. 목 치료하실 거고 (　　　　　　　　).

　Chị sẽ phải điều trị cổ họng và uống thuốc trong 3 ngày.

2. **Dịch sang tiếng Việt.**

a. 어제부터 어지럽고 머리가 아파요.

b. 약을 이미 먹었어요.

c. 속이 안 좋으면 소화제를 드세요.

d. 오늘 아파서 푹 쉬려구요.

3. **Hãy chọn câu sự liên kết giữa tiếng Hàn và tiếng Việt không đúng.**

a. 열이 나다 − Bị cảm

b. 기침하다 − Ho

c. 목(구멍)이 아프다 − Đau họng

d. 머리가 아프다 − Đau đầu

1. a. 불편하세요　b. 언제부터　c. 부어 있어요　d. 약은 3일 치 드릴게요　　2. a. Từ hôm qua, tôi bị chóng mặt và đau đầu.　b.Tôi đã uống thuốc rồi.　c. Nếu cảm thấy khó chịu thì uống thuốc tiêu hoá nhé. d. Hôm nay tôi bị ốm nên sẽ nghỉ ngơi.　　3. (a)

Từ vựng

Cơ thể con người

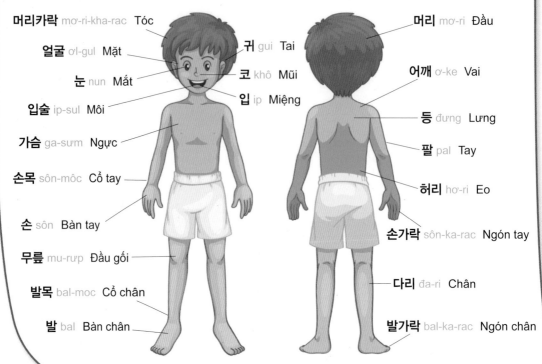

머리카락 mơ-ri-kha-rac Tóc

얼굴 ơl-gul Mặt

눈 nun Mắt

입술 ip-sul Môi

가슴 ga-sưm Ngực

손목 sôn-môc Cổ tay

손 sôn Bàn tay

무릎 mu-rưp Đầu gối

발목 bal-moc Cổ chân

발 bal Bàn chân

귀 gui Tai

코 khô Mũi

입 ip Miệng

머리 mơ-ri Đầu

어깨 ơ-ke Vai

등 đưng Lưng

팔 pal Tay

허리 hơ-ri Eo

손가락 sôn-ka-rac Ngón tay

다리 đa-ri Chân

발가락 bal-ka-rac Ngón chân

의사 ưi-sa Bác sĩ

간호사 gan-hô-sa Y tá

환자 hoan-ja Bệnh nhân

처방전 chơ-bang-jơn Đơn thuốc

약 iac Thuốc

두통 đu-thông Đau đầu

치통 chi-thông Đau răng

요통 iô-thông Đau lưng

복통 bôc-thông Đau bụng

생리통 seng-ri-thông Đau bung kinh nguyệt

감기 gam-ghi Cảm lạnh

독감 đôc-kam Cảm nặng

열이 나다 iơ-ri na-đà Sốt

어지럽다 ơ-ji-rơp-tà Chóng mặt

콧물 나다 khôn-mul na-đà Sổ mũi

기침하다 ghi-chim-ha-đà Ho

멀미하다 mơl-mi-ha-đà Say xe, say tàu

편도염 piơn-đô-iơm Viêm họng

간염 ga-niơm Viêm gan

위염 ui-iơm Viêm dạ dày

폐렴 piê-riơm Viêm phổi

고혈압 gô-hiơl-ap Cao huyết áp

저혈압 jơ-hiơl-ap Huyết áp thấp

혈압 hiơl-ap Huyết áp

체온 chê-ôn Nhiệt độ cơ thể

가렵다 ga-riơp-tà Ngứa

알레르기 al-lê-rư-ghi Dị ứng

식중독 sic-jung-đôc Ngộ độc thực phẩm

변비 biơn-bi Táo bón

설사 sơl-sa Tiêu chảy

소화하다 sô-hoa-ha-đà Tiêu hoá

토하다 thô-ha-đà Nôn

Bảo hiểm y tế Hàn Quốc

Hàn quốc đang thực hiện chế độ bảo hiểm y tế bằng cách đóng phí bảo hiểm hàng tháng tùy theo mức lương. Nếu tham gia bảo hiểm y tế thì khi ốm đau hoặc thai sản sẽ tiết kiệm được chi phí khám chữa bệnh. Mặt khác còn được kiểm tra sức khỏe theo định kỳ. Tất cả mọi người đều phải tham gia bảo hiểm y tế, ngoại trừ những người hưởng trợ cấp y tế. Đối tượng tham gia bảo hiểm y tế được chia làm hai nhóm là đối tượng tham gia bảo hiểm theo doanh nghiệp và đối tượng tham gia bảo hiểm theo khu vực.

Tất cả công nhân, người lao động, nhân viên, công chức của doanh nghiệp và giáo viên đều được gọi là tham gia bảo hiểm theo doanh nghiệp. Còn lại được gọi là đối tượng tham gia bảo hiểm theo khu vực. Đối với người tham gia bảo hiểm theo doanh nghiệp, việc tham gia bảo hiểm sẽ được thực hiện tại doanh nghiệp và doanh nghiệp sẽ đóng 50% phí bảo hiểm, cá nhân đóng 50% còn lại. Nếu người tham gia bảo hiểm y tế khám chữa bệnh tại bệnh viện thì doanh nghiệp bảo hiểm sẽ chi trả một phần chi phí khám chữa bệnh trích từ quỹ bảo hiểm, phần còn lại do cá nhân chi trả.

Người nước ngoài làm việc trong các doanh nghiệp áp dụng hình thức bảo hiểm theo doanh nghiệp và cán bộ, nhân viên, công chức, giáo viên được coi là người tham gia bảo hiểm theo doanh nghiệp. Đối với người nước ngoài không phải là người tham gia bảo hiểm theo doanh nghiệp thì được coi là người tham gia bảo hiểm theo khu vực tùy theo yêu cầu của cá nhân. Trong trường hợp này chỉ có thể áp dụng với người nước ngoài cư trú từ 3 tháng trở lên. Tuy nhiên, người nước ngoài cư trú chưa đủ 3 tháng nhưng có dự định cư trú trên 3 tháng với mục đích du học hoặc làm việc thì vẫn có thể tham gia bảo hiểm y tế.

Ngữ pháp

Ngữ pháp cơ bản cần học trước khi bắt đầu học bài hội thoại

1. Các trợ từ (조사)

1) Trợ từ chủ ngữ –은/는, –이/가

Đầu tiên, chúng ta hãy học về 'trợ từ' trong tiếng Hàn nhé. Trợ từ là một thành phần được dùng để phân biệt các thành phần ngữ pháp trong một câu tiếng Hàn. Trong tiếng Việt, trật tự câu như sau :

> Chủ ngữ + Vị ngữ

> Chủ ngữ + động từ + tân ngữ

Tuy nhiên, trật tự câu trong tiếng Hàn lại có đặc điểm là động từ đứng cuối như sau:

> Chủ ngữ + tân ngữ + động từ

Trong khẩu ngữ tiếng Hàn Quốc, vị trí của chủ ngữ, tân ngữ có thể hoán đổi cho nhau, nên rất khó phân biệt được đâu là chủ ngữ và đâu là tân ngữ. Vì vậy, phải dùng trợ từ để phân biệt các thành phần ngữ pháp trong câu.

> Trước hết, chúng ta hãy xem trợ từ chủ ngữ : –은/는, –이/가

Để chỉ danh từ đó là chủ ngữ trong câu, "–이/가" đứng ngay sau danh từ, đại từ. '–이' đứng sau những danh từ, đại từ có phụ âm cuối(tiếng Hàn gọi là patchim), còn '–가' đứng sau những danh từ, đại từ không có phụ âm cuối.

**Trợ từ –이/가 thường được dùng với các chủ ngữ ở ngôi số 2.

Ví dụ : 공원이 넓다. Công viên rộng.

쌀국수가 맛있다. Phở ngon.

Các bạn đã hiểu rồi chứ? Nhớ là dùng trợ từ sau chủ ngữ nhé.

Tiếp theo là trợ từ chủ ngữ khác : −은/−는. Trợ từ "−은/−는" được dùng chỉ chủ ngữ với ý nghĩa nhấn mạnh hoặc so sánh với một chủ thể khác. Còn −이/−가 được dùng để chỉ rõ chủ ngữ trong câu. '−은' đứng sau danh từ, đại từ có phụ âm cuối, còn '−는' đứng sau danh từ, đại từ không có phụ âm cuối.

** Trợ từ "−은/−는" thường được dùng với các chủ ngữ ở ngôi thứ nhất như 나(tôi), 저(em), 우리(chúng tôi, chúng ta) và những danh từ thông thường như 오늘(hôm nay), 한국어(tiếng Hàn), 사람(con người) v.v…

> *Ví dụ :* 나는 한국사람이다. Tôi là người Hàn Quốc.
>
> 오늘은 추워요. Hôm nay lạnh.

So sánh "−이/−가" và "−은/−는"

> *Ví dụ :* 책상이 크다.
>
> Cái bàn to. (Trần thuật với ngữ điệu bình thường)
>
> 책상은 크다.
>
> Cài bàn to. (Muốn nhấn mạnh là 'cái bàn' to chứ không phải là cái khác to)

2) Trợ từ tân ngữ −을/−를

Trợ từ tân ngữ '−을/−를' đứng ngay sau danh từ để chỉ danh từ đó là tân ngữ của một động từ trong câu. '−을' được dùng sau danh từ có patchim, còn '−를' được dùng sau danh từ không có patchim.

> *Ví dụ :* 그는 집을 산다. Anh ấy mua nhà.
>
> 나는 사과를 먹는다. Tôi ăn táo.

3) Trợ từ −에

a. Trợ từ chỉ đích đến, vị trí, phương hướng. '−에' được dùng ngay sau danh từ để chỉ danh từ đó là đích đến, vị trí, phương hướng của động từ có hướng chuyển động.

Ví dụ : 나는 집에 간다. Tôi đi về nhà.

우리는 학교에 있다. Chúng tôi ở trường học.

책상 위에 한국어 책이 있다. Sách tiếng Hàn ở trên bàn.

b. Trợ từ chỉ thời gian "–에" được dùng ngay sau danh từ để chỉ danh từ đó là thời gian, thời điểm mà hành động đó được xảy ra, tương đương với 'lúc', 'vào' trong tiếng Việt.

Ví dụ : 나는 아침 9시에 한국어를 공부한다.

Tôi học tiếng Hàn lúc 9 giờ sáng.

우리 언니는 이번 주 토요일에 베트남에 간다.

Chị gái tôi đi Việt Nam vào thứ bảy tuần này.

2. Đuôi kết thúc câu

Có thể nói tiếng Hàn có hệ thống vĩ tố kết thúc câu rất đa dạng và phức tạp. Ngoài dạng cơ bản của động từ ra, các bạn cần phải hiểu về vĩ tố kết thúc câu một cách chính xác và rõ ràng, vì khi giao tiếp, nếu không biết cách sử dụng đuôi từ kết thúc câu trong từng tình huống thì sẽ rất dễ bị coi là nói trống không, nói mất lịch sự... Trong tiếng Hàn có các cách sử dụng vĩ tố kết thúc câu theo từng tình huống và từng đối tượng nghe...

1) Vĩ tố kết thúc câu −ㅂ니다/습니다/입니다 (Câu trần thuật)

Là vĩ tố kết thúc câu diễn đạt trần thuật của câu thông thường, ở thể trang trọng, lịch sự. Động từ hoặc tính từ có patchim sẽ đi với '습니다', còn động từ hoặc tính từ không có patchim thì đi với '−ㅂ니다'.

Ví dụ : 가다 Đi → 갑니다

예쁘다 Đẹp → 예쁩니다

주다 Cho → 줍니다

춥다 Lạnh → 춥습니다

이다 Là → 입니다

2) Vĩ tố kết thúc câu −아/−어/−여요

Vĩ tố kết thúc câu này là một dạng đuôi câu thân mật hơn so với −ㅂ니다/습니다/입니다, tuy là thể không trang trọng nhưng vẫn giữa được ý nghĩa lịch sự.

a. Khi nguyên âm cuối gốc động từ, tính từ là nguyên âm 'ㅏ' hoặc 'ㅗ' thì kết hợp với ' 아요'.

Ví dụ : 알다 Biết → 알아요

쫓다 Đuổi theo → 쫓아요

사다 Mua → 사아요 → 사요 (Rút gọn khi gốc động từ không có patchim)

오다 Đến → 오아요 → 와요 (Rút gọn khi gốc động từ không có patchim)

좋다 Tốt → 좋아요

싸다 Rẻ → 싸아요 → 싸요 (Rút gọn khi gốc động từ không có patchim)

b. Khi nguyên âm cuối gốc động từ, tính từ là nguyên âm còn lại thì kết hợp với '어요'.

　　Ví dụ :　있다 Có → 있어요

　　　　　　　없다 Không có → 없어요

　　　　　　　주다 Cho → 주어요 → 줘요 (Rút gọn khi gốc động từ không có patchim)

　　　　　　　기다리다 Chờ → 기다리어요 → 기다려요

　　　　　　　　　　　　　　　　　(Rút gọn khi gốc động từ không có patchim)

　　　　　　　슬프다 Buồn → 슬퍼요

　　　　　　　길다 Dài → 길어요

c. Khi động từ kết thúc là 하다 thì kết hợp với '여요 → 해요'.

　　Ví dụ :　공부하다 Học → 공부하여요 → 공부해요

　　　　　　　사랑하다 Yêu → 사랑하여요 → 사랑해요

d. Trường hợp động từ là '이다', danh từ đứng trước động từ '이다' có patchim thì kết hợp với '이에요', còn không có patchim thì kết hợp với '예요'.

　　Ví dụ :　학생이다 Là học sinh → 학생이에요

　　　　　　　친구이다 Là bạn → 친구예요

3. Dạng bất quy tắc

1) Bất quy tắc '–ㄷ'

Phụ âm kết thúc bằng '–ㄷ' trong một gốc động từ và tính từ sẽ đổi thành '–ㄹ' khi âm chứa nó đứng trước một nguyên âm, nhưng vẫn giữ nguyên dạng '–ㄷ' khi âm sau nó bắt đầu là phụ âm.

Ví dụ : 싣다 Chở → 실어요
   듣다 Nghe → 들어요
   걷다 Đi bộ → 걸어요

*Lưu ý : Những động từ 닫다(Đóng) , 받다(Nhận) , 믿다(Tin) không theo quy tắc này.

Ví dụ : 닫다 → 닫아요
   받다 → 받아요
   믿다 → 믿어요

2) Bất quy tắc '르'

Khi gốc động từ kết thúc là '르' và kết hợp với nguyên âm.

a. Nếu nguyên âm ở ngay trước '르' là '아' hoặc '오' thì '르' sẽ đổi thành '라', đồng thời thêm phụ âm '르' vào làm patchim của chữ ngay trước.

Ví dụ : 고르다 Chọn → 골라요
   다르다 Khác → 달라요

b. Nếu nguyên âm ở ngay trước '르' không phải là 아' hoặc '오' thì chữ '르' sẽ đổi thành '러', đồng thời thêm phụ âm '르' vào làm patchim của chữ ngay trước.

Ví dụ : 구르다 Giẫm, cuốn → 굴러요
   흐르다 Chảy → 흘러요

3) Bất quy tắc '-ㅂ'

Trường hợp gốc động từ, tính từ kết thúc bằng '-ㅂ' và sau nó là nguyên âm thì lược bỏ '-ㅂ', thêm '우' vào gốc động từ.

Ví dụ :   어렵다 Khó → 어려우어요 → 어려워요

  돕다 Giúp → 도우아요 → 도와요

  춥다 Lạnh → 추우어요 → 추워요

  쉽다 Dễ → 쉬우어요 → 쉬워요

4) Bất quy tắc '-ㅅ'

Khi gốc động từ kết thúc bằng '-ㅅ', và kết hợp với nguyên âm thì lược bỏ '-ㅅ'.

Ví dụ :   낫다 Khỏi bệnh → 나아요

  짓다 Làm, xây → 지어요

Lưu ý : Những động từ 웃다(Cười), 씻다(Rửa), 벗다(Cởi) không theo quy tắc này.

Ví dụ :   웃다 → 웃어요

  씻다 → 씻어요

  벗다 → 벗어요

5) Bất quy tắc '으'

Khi gốc động từ, tính từ có âm kết thúc '으' thì '으' được lược bỏ trước '-아/-어'.

Ví dụ :   쓰다 → 쓰어요 → 써요

  기쁘다 → 기쁘어요 → 기뻐요

4. Các dạng phủ định

1) Phủ định dùng '안'

 Phó từ '안' đứng trước động từ, tính từ, thể hiện ý nghĩa phủ định 'không' trong tiếng Việt. Lưu ý không sử dụng với động từ '이다'.

> *Ví dụ :*   나는 학교에 간다. → 나는 학교에 안 간다.   Tôi không đi học.
>
> 그는 책을 좋아한다. → 그는 책을 안 좋아한다.   Anh ấy không thích sách.

2) Động từ, tính từ + 지 않다(지 않는다/않습니다/않아요)

Cấu trúc này tương đương với "안 + động từ, tính từ" về ý nghĩa, chỉ khác nhau về vị trí trong câu.

> *Ví dụ :*   나는 학교에 간다. → 나는 학교에 가지 않는다/않습니다/않아요.
>
> 그는 책을 좋아한다. → 그는 책을 좋아하지 않는다/않습니다/않아요.

3) Danh từ + 이/가 아니다(아닙니다/아니예요)

Cấu trúc này là dạng phủ định của động từ '이다'.

> *Ví dụ :*   나는 한국사람이다. → 나는 한국사람이 아니다/아닙니다/아니예요.
>
> 오늘은 화요일이다. → 오늘은 화요일이 아니다/아닙니다/아니예요.

4) Phó từ phủ định '못' (không thể)

Phó từ phủ định '못' đứng trước động từ, thể hiện ý nghĩa "không thể làm, không thể thực hiện" hoặc phủ định mạnh mẽ khả năng thực hiện một hành động nào đó do ý chí của chủ thể hoặc do hoàn cảnh bên ngoài.

> *Ví dụ :*   오늘 회사에 못 간다.   Hôm nay không thể đến công ty.
>
> 눈이 너무 많이 내려서 학교에 못 갔어요.
>
> Tuyết rơi nhiều quá nên tôi đã không thể đến trường.

5. Câu nghi vấn

1) Vĩ tố kết thúc câu −ㅂ니까/습니까?

Dạng câu nghi vấn này thể hiện lịch sự, trang trọng, tương đương với " … không ạ?" trong tiếng Việt. Khi ấm cuối gốc động từ, tính từ không có patchim thì kết hợp với − ㅂ니까 còn có patchim thì kết hợp với 습니까?.

Ví dụ : 그는 책을 빌리다.

→ 그는 책을 빌립니까? Anh ấy có mượn sách không?

언니는 밥을 먹다.

→ 언니는 밥을 먹습니까? Chị có ăn cơm không?

날씨가 좋다

→ 날씨가 좋습니까? Trời có đẹp không?

오빠는 사과를 좋아하다.

→ 오빠는 사과를 좋아합니까? Anh có thích táo không?

오늘은 미란이의 생일이다.

→ 오늘은 미란이의 생일입니까? Hôm nay là sinh nhật của Mi-Lan phải không?

2) Vĩ tố kết thúc câu −아/−어/−여요?

Vĩ tố kết thúc câu dạng câu nghi vấn này thể hiện sự thân mật nhưng vẫn giữ được tính lịch sự. Dạng này chỉ cần thêm dấu chấm hỏi '?' trong văn viết và lên giọng cuối câu trong văn nói là câu văn sẽ trở thành câu nghi vấn.

Ví dụ : 오빠는 밥을 먹어요.

→ 오빠는 밥을 먹어요? Khi đọc cần lên giọng ở cuối câu.

오늘 너무 추워요.

→ 오늘 너무 추워요?

3) Động từ, tính từ + ㄴ/은/는 것이 맞습니까/맞나요?

Dạng câu nghi vấn này được dùng để xác nhận sự thật, tương đương với "…phải không", "có đúng không" trong tiếng Việt.

Động từ + 는 것, tính từ không có patchim + ㄴ 것, tính từ có patchim + 은 것 (Đây là phép danh từ hoá, chúng ta sẽ xem thêm ở phần dưới.)

Ví dụ :   김 선생이 내일 베트남에 가는 것이 맞나요?

Ngày mai anh Kim đi Việt Nam, phải không?

베트남 음식이 맛있는 것이 맞나요?

Món ăn Việt Nam ngon phải không?

6. Danh từ hoá

Khi động từ và tính từ được dùng ở vị trí của danh từ thì cần biến động từ hoặc tính từ đó thành danh từ. Hiện tượng này được gọi là 'danh từ hoá'

1) Động từ, tính từ + 기

Là cách biến động từ hoặc tính từ thành danh từ. Cách này là cách đơn giản nhất và tương đương với 'to + động từ' hoặc 'động từ + ing' trong tiếng Anh. Động từ, tính từ khi đó sẽ trở thành danh từ với nghĩa là 'việc, sự việc..'

> *Ví dụ :* 숙제하다 → 숙제하기 Việc làm bài tập
>
>   읽다 → 읽기 Việc đọc

2) Động từ, tính từ + ㅁ/음

-(으)ㅁ được dùng cho các hành động đã hoàn thành (kết thúc) hoặc hành động mà đã xảy ra, vì vậy bạn có thể thêm thì quá khứ vào trước -음. Đây là các động từ và tính từ thường dùng với -음.

> *Ví dụ :* 중요하다 → 중요함 Tầm quan trọng
>
>   웃다 → 웃음 Sự cười

3) Động từ, tính từ + ㄴ/은/는 것

Động từ kết hợp với + 는 것, còn tính từ có patchim kết hợp với + 은 것, tính từ không có patchim thì kết hợp với ㄴ 것. Ở đây 것 được dịch khác nhau theo từng trường hợp như 'cái', 'sự', 'việc', 'cuộc'...

> *Ví dụ :* 공부하다 → 공부하는 것 Việc học
>
>   예쁘다 → 예쁜 것 Cái đẹp
>
>   좋다 → 좋은 것 Điểm(điều) tốt

7. Kính ngữ trong tiếng Hàn

Cách nói tôn trọng, kính ngữ là một phần rất khó và phức tạp trong tiếng Hàn Quốc. Về cơ bản cách nói này có thể chia thành 3 dạng lớn:

• Dạng kính ngữ chủ thể(주체 높임법) : Là cách nói tôn kính chủ ngữ thông qua việc tôn cao chủ thể của vị ngữ khi chủ thể của vị ngữ là người có độ tuổi, vị trí, cấp bậc cao hơn người nói. Sử dụng vĩ tố tiền kết thúc −(으)시−, trợ từ chủ ngữ(께, 께서), tiếp từ '−님'

• Dạng kính ngữ với người nghe(상대 높임법) : Là cách nói mà người nói tôn trọng hay hạ thấp đối với người nghe, mức độ tôn trọng đó được thể hiện bằng vĩ tố kết thúc câu(đuôi câu). Kính ngữ với người nghe được chia làm hai loại: Thứ nhất là "thể quy cách"(격식체), thứ hai là "thể phi quy cách"(비격식체).

• Dạng kính ngữ khách thể: là cách nói tôn trọng khách thể hay đối tượng của vị ngữ. Sử dụng từ vựng đặc biệt.

Trước tiên chúng ta hãy cùng nhau xem các trường hợp cơ bản hoặc thường gặp sau đây.

1) Trường hợp kính ngữ với chủ thể: Động từ, tính từ, động từ 이다 + −(으)시−

Khi thân động từ, tính từ không có patchim thì kết hợp với '−시−', còn có patchim thì kết hợp với '−으시−'.

> *Ví dụ :* 가다 đi → 가시다
>
> 예쁘다 đẹp → 예쁘시다
>
> 눕다 nằm → 누으시다 (Bất quy tắc 'ㅂ')
>
> 선생님이다 là giáo viên → 선생님이시다

2) Các dạng Kính ngữ khác

Trong tiếng Hàn, ngoài việc thêm −(으)시다 vào sau động từ, tính từ, '이다' ra, còn có các cách nói tôn trọng, kính ngữ khác như thay đổi động từ, thay đổi danh từ, gắn tiếp vĩ ngữ vào sau danh từ chỉ người, thay đổi trợ từ gắn sau danh từ...

a. Danh từ mang ý nghĩa tôn trọng

Danh từ	Dạng kính ngữ(Gắn '님' vào sau danh từ chỉ người)	Danh từ	Dạng kính ngữ
선생	선생님	이름	성함
부모	부모님	나이	연세
어머니	어머님	밥	진지
아버지	아버님	집	댁
형	형님	말	말씀
누나	누님	생일	생신
아들	아드님	사람	분
딸	따님	술	약주
사장	사장님	병	병환

b. Động từ mang tính tôn trọng lịch sự

Động từ	Dạng Kính ngữ	Động từ	Dạng Kính ngữ
집에 가다	귀가하시다	말하다	말씀하시다
먹다	드시다, 잡수시다	묻다	여쭙다
있다	계시다	아프다	편찮으시다
자다	주무시다	데리다	모시다
배고프다	시장하시다	만나다	뵙다
죽다	돌아가시다	주다	드리다

c. Trợ từ mang tính tôn trọng lịch sự

Trợ từ	Dạng Kính ngữ	Trợ từ	Dạng Kính ngữ
–이/가	–께서	–은/는	–께서는
–에게서/한테서	–께(로부터)	–에게	–께

Index

■저자 **홍빛나**

　　한국외국어대학교 베트남어과 졸업

　　고려대학교 출강

　　한국변호사협회 베트남어 출강

　　베트남 주석 초청 만찬 사회통역

　　베트남 수상 통역

　　삼성전자 출강

　　한국 관광통역사협회 출강

■저서

　　혼자배우는 베트남어첫걸음

　　언제 어디서나 통하는 베트남어 일상회화사전

　　통기초 베트남어 생활회화

베트남인을 위한
한국어 첫걸음

초판 1쇄 발행　2018년 9월 20일
　　5쇄 발행　2024년 4월 20일

발행인　박해성
발행처　정진출판사
지은이　홍빛나
편집　김양섭, 조윤수
기획마케팅　이훈, 박상훈, 이민희
디자인 · 삽화　허다경
출판등록　1989년 12월 20일　제 6-95호
주소　02752 서울시 성북구 화랑로 119-8
전화　02-917-9900
팩스　02-917-9907
홈페이지　www.jeongjinpub.co.kr

ISBN 978-89-5700-157-8　*13710